# షేమ్.. షేమ్.. పప్పీ షేమ్!

దేశరాజు కథలు

# SHAME..SHAME.. PUPPY SHAME!

**DESARAJU**

*Collection of Short Stories*

# 2-20-3/L-702, Apurupa Srinivas Heights, Adarsh Nagar,
Chiluka Nagar Main Road, Uppal, Hyderabad - 500 039.
Mobile: 99486 80009/91105 69542
Email: poetdesaraju@gmail.com;  Blog: poetdesaraju.wordpress.com

© Author

First Edition: December 2022
Copies: 500

*Published by*
**Chaaya Resources Centre**
103, Haritha Apartments,
A-3, Madhura Nagar, Hyderabad-500038.
Phone: 040-2374 2711,
Mobile: +91-98480 23384, +91-70931 65151
Email: Chaayaresourcescentre@gmail.com

*Publication No. CRC-78*
*ISBN No. 978-93-92968-38-9*

*Cover Design*
**Mahi**
*Book Design*
**Akshara Creators**
Ph.: 99496 56668; Email: sakshara@gmail.com

*For Copies*
All leading book stores in
https:/amzn.to/3xPaeId
bit.ly/chaayabooks

కృష్ణాబాయిగారు

19.09.1932

తొమ్మిది దశాబ్దాల మహాతరుచ్ఛాయలో..
నాకునూ ఒకింత నీడనొసంగి,
మూడు దశబ్దాలుగా సేదదీరనిస్తున్నందుకు..

సత్యవతి గారికీ
మోహన్‌బాబుగారికీ
మహి బెజవాడకీ
అక్షర సీతగారికీ
**కృతజ్ఞతలు**

# ముందున్న మార్గం

రెండు కవితా సంకలనాలతో శక్తిమంతుడయిన కవిగా గుర్తింపు తెచ్చుకున్న దేశరాజు రెండవ కథా సంకలనం ఇది. 'బ్రేకింగ్ న్యూజ్' పాఠకురాలిగా దేశరాజు కథా కౌశలం గురించి తెలుసు. కవిత్వం అంత పదునుగా కథ చెప్పడం కష్టం. కవిత్వం తాకినంత సూటిగా హృదయాన్ని కథ తాకడం కష్టం. అయితే రెండు ప్రక్రియలలోనూ నైపుణ్యం సాధించినవారు లేకపోలేదు. అలా కవిగా, కథకుడిగా తనకొక స్థానాన్ని దేశరాజు సాధించగలడని అతను ఎన్నుకున్న వస్తువులు, చూసే చూపు తెలుపుతున్నాయి. ఈ కథలలో నాస్టాల్జియా పలవరింత, అప్పుడదొక స్వర్గం అనే కాలయంత్ర ప్రయాణం, ఆదర్శాల ఆకాశయానం, గంభీర ఉపన్యాసాల వరద లేవు. ఇది వర్తమాన సమాజ చిత్రపటం. రచయిత తరఫున , మనం ఎలా వుండాలో చెప్పే తీర్పులూ వుంటూన్న పరిస్థితిపై ఘాటు విమర్శలు లేవు. "ఇలా వున్నాం కనుక ఎలా వుండాలో తేల్చుకోండి" అని పాఠకుల వివేకాన్ని గౌరవిస్తాడు. అది మంచి లక్షణం.

వ్యక్తిత్వ నిర్మాణకాలంలో ఏర్పడి నిలిచిపోయిన ఆదర్శ చట్రంలో ఇమిడి వుండడం వలన సమాజానికి చేయగల మేలు, కాలం తెచ్చిన మార్పులకు అనుగుణంగా జీవించడం వలన ఏమాత్రం చెయ్యలేమా? మధ్యేమార్గం లేదా? ఎవరి మటుకు వారు తమతమ సుఖసౌధాలకు అలవాటు పడినప్పుడు సమాజాన్ని పట్టించుకునేదెవరు? మనమటుకు మనం మన సిద్ధాంతాలను అనుసరించే జీవన శైలి ఏర్పరుచుకుని బ్రతికిన మాత్రాన సమాజానికి వొరిగేది ఏమిటి? మన ఆచరణ కనీసం కొందరికైనా మార్గదర్శకం కావాలి కానీ మనని చూసి మెచ్చుకుంటే చాలా?

లేదా మనకి మనం నిజాయితీగా వున్నామనే ఆత్మ సంతృప్తి చాలా? మారిన ప్రపంచ స్థితిగతుల వేగానికి కొట్టుకు పోకుండా నిలబడగల స్థిమితం ఎంతమందికి సాధ్యం? అరచేతిలోకొచ్చిన సాంకేతిక సౌకర్యాలు జీవితగమనాన్ని సులభతరం చెయ్యడం తోపాటు అనేక చాపల్యాలకు దారితియ్యడాన్ని నిలువరించడం సాధ్యమా?

ఇంటిపని స్త్రీలదే అనే సంప్రదాయం ఇంకా చెల్లుబడి అవుతూ వుండగా 'ఉద్యోగం పురుషలక్షణం' అనే నానుడిని ఆర్థిక స్థితిగతులు, స్త్రీల స్వాతంత్ర్య ఆకాంక్ష కలసి 'ఉద్యోగం మనిషి అవసరం'గా మార్చాయి. అయితే మనుషులం దరికీ ఇంటా బయటా కనీస సౌకర్యాలు సమానంగా లేవు. ఇంట్లో శ్రమ విభజన సమానంగా లేదు. ఈ విషయాన్ని అర్థం చేసుకుని సహచరితో పని పంచుకునే పురుషులను ఎగతాళి చెయ్యడం విషయంలో స్త్రీలు కూడా మారకపోవడం ఆశ్చర్యం.

వయోభేదం లేకుండా స్త్రీలపై హత్యాచారాలు, ఆ విషయంలో సమాజం చేసే విక్టిమ్ బ్లేమింగ్ మనకి కొత్త కావు. ఈ భయానక బీభత్స స్థితిలో స్త్రీలే తమను తాము నిలబెట్టుకోడానికి సాంకేతికతను ఉపయోగించుకోడం నేర్చుకోడమే కాదు, మగపిల్లల పెంపకంలో మార్పు రావాలి. ఇదంతా జరగాలంటే కుటుంబ సభ్యుల మధ్య సంభాషణకి సమయం వుండాలి. అది వుండాలంటే బ్రతుకులో స్థిమితం వుండాలి. అది వుండాలంటే ఆర్థిక వెసులుబాటు వుండాలి. ఈ నిచ్చెనమెట్ల వ్యవస్థలో ఇది ఎలా సాధ్యం? ఎప్పటికి సాధ్యం? ఎవరివలన సాధ్యం?

అన్నీ అమరిన అరచేతిలోకి వయసుతో సంబంధం లేకుండా సౌకర్యాలతో పాటు చాపల్యాలు కూడా తెస్తున్న సంకేతిక పరిజ్ఞానిదా తప్పు? దాన్ని సరిగ్గా ఉపయోగించుకోలేని మూర్ఖ మానవులదా? యువతతో ఆడుకుంటున్న స్వార్థపరులదా? గంభీరమైన విషయాలతోపాటు హాస్యంతో కూడిన అవాస్తవ కథలు రెండింటితో పద్ధెనిమిది కథల ఈ కదంబం సరళమైన శైలిలో వుండి చదివిస్తుంది. ఆలోచించమంటుంది.

- పి. సత్యవతి,
7 డిసెంబరు 22,
లాస్ ఏంజలస్.

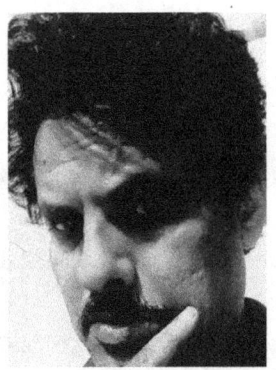

Desaraju Ravi Kumar, popularly known as DESARAJU, was born on 26th July at his maternal grandmother's home, in Bhimavaram, West Godavari district, and spent his childhood in Kapileswarapuram, his father's village, East Godavari District. He pursued his education on the banks of river Nagavali at Srikakulam, he was a graduate, but opted for journalism as his profession. He has been working in print and electronic media at various levels.

He dreams about poetry, shifted, and settled here in Hyderabad in 1995. He has two poetry anthologies to his credit, Oke oka Samoohika Swapnaavishkarana (2000) and Durgapuram Road (2019) with a remarkable place and applause in Telugu literature. His poems are translated to Kannada and English and published in various dailies, magazines, and websites. He has received prestigious awards too.

After the first anthology of short stories 'Breaking News', He came with this book 'Shame..Shame.. Pappi Shame!' - the second anthology of short stories.  Almost all the stories bagged prizes in competitions of contemporary magazines and organizations.

# కమ్యూనిస్ట్ భార్య

భార్యలందరిలోకీ పతివ్రతా శిరోమణి ఎవరూ అంటే కమ్యూనిస్ట్ భార్యేనని కొడవటిగంటి కుటుంబరావు ఎందుకు చెప్పలేదో ఆమెకు అర్థంకావడం లేదు. పురాణాల్లోని ధర్మపత్నులకు కమ్యూనిస్ట్ భార్యలు ఏమాత్రం తీసిపోరన్నది ఆమె అనుభవం మీద తెలుసుకున్న సత్యం. సత్యం గురించి ఎంతోమంది ఏదేదో చెప్పొచ్చు. కానీ, అనుభవ పూర్వకమైన సత్యం నిలువునా దహించేస్తుంది. అదిగో అలాంటి మంటల తీవ్రతలోనే ఉందామె.

అలా జ్వలించిపోతూ.. ఆలోచనలతో రగిలిపోతూ.. సోఫాలో కూలబడిన భార్యను చూసి

"కాఫీ తాగుదామా"అని అడిగాడు భర్త.

"అంటే, నేను కలపాలా?"

"కాదు.."

"ఏంటి కాదు? కాఫీ ఏమైనా విషమా? తాగితే సచ్చిపోతామా? పోనీ ఇప్పుడే తాగామా? మళ్లీ తాగుతానా అని సందేహపడటానికి?"అంది రుసరుసగా.

ఆ రుసరుసలన్నీ మామూలే కాబట్టి అతను నిశ్శబ్దంగా వంటింట్లోకి వెళ్లిపోయాడు.

ఆమెకు ఇందాకటి సంఘటనే గుర్తుకు వస్తోంది. వెళ్లక, వెళ్లక ఎన్నో రోజుల తర్వాత.. రోజులేమిటిలే ఏళ్లే గడిచిపోయాయి. స్నేహితురాలింటికి వెళ్లింది. గతంలో ఆమె పార్టీ మహిళా విభాగంలో పనిచేసేప్పుడు పరిచయం.ప్రదర్శనల్లో పాల్గొనడంలో, నినాదాలు ఇవ్వడంలో.. ఆమె దూకుడుగా ఉండేది. దానికి ఆకర్షితులై అప్పుడప్పుడే

కవిత్వం, అదీ రాస్తున్న కొంతమంది ఆమె వెంటబడేవారు. వీళ్ల బృందంలో కథలు, కవితలు రాసేవాళ్లు చాలామందే ఉండేవారు. కానీ, బాగా రాస్తుందని తనతో చాలా చనువుగా ఉండేది. ఆమె హైదరాబాద్‌లోనే ఉంటోందని తెలిసినా, ఒకట్రెండుసార్లు ఏవో మీటింగుల దగ్గర కలుసుకున్నారేగానీ.. ఇంటికి వెళ్లడం పడలేదు. ఇవాళ అనుకోనివిధంగా కలుసుకున్నారు. స్నేహితురాలి బలవంతం మీద ఇంటికి వెళ్లింది.

ఇల్లంటే ఏదో మామూలుగా ఉంటుందని అనుకుంది. ఆమె ఊహకు అందని రీతిలో ఉంది. అవ్వడానికి మూడు బెడ్రూమ్‌లే అయినా చాలా రిచ్‌గా డెకరేట్ చేశారు. గోడల మీద పెయింటింగ్స్, హాలులో చెక్క, రాతి శిల్పాలు.. ఇవే ఆమెను ఆశ్చర్యపోయేలా చేస్తే, ఇక టీవీని చూసి దిమ్మతిరిగిపోయింది. సోనీ టీవీ.. బహుశా ఏ సిక్స్టీ ఇంచెస్సో అయ్యుంటుంది-అంత పెద్దగా ఉంది మరి. అన్ని గదులకీ అందమైన ఫాల్స్ సీలింగ్. ఓ మూలన అందమైన తీగలతో అల్లి, కలరింగ్ చేసిన గణపతి బొమ్మ. అది ఈశాన్య మూల అని ఆమె గ్రహించింది. బాల్కనీలో అందమైన మొక్కలు. అన్నీ దగ్గరుండి చూపించింది.

'దానికి నోరు జాస్తి' అని ఆమె గురించి దగ్గర వాళ్లు కామెంట్ చేయడం తెలుసు. అటువంటి ఆమె ఇంత ఆర్భాటంగా ఇంటిని అలంకరించుకుని గొప్ప ఇల్లాలు అవార్డు కొట్టేస్తుందని అస్సలు అనుకోలేదు.

ఇంతలో ఆమె "అయ్యో.. అప్పుడే ఆరు దాటేస్తోంది" అనడంతో ఆలోచనల్లోంచి బయటకు వచ్చి, "ఏం? ఎవరైనా వచ్చేదుందా?" అని అడిగింది.

"ఎవరొస్తారు? దూరం కదా, బంజారాహిల్స్ అంటే. ముందు అసలు అడ్రస్ పట్టుకోవడమే చాలా కష్టం. సాధారణంగా ఎవరైనా ఫోన్‌లోనే.." అందామె.

ఆమె వెనకే నడుస్తూ వంటింట్లోకి వెళ్లింది. స్నేహితురాలు నాలుగు బన్నర్ల స్టౌ వెలిగించి, గిన్నెలో నీళ్లు పెట్టి.. పైన చిమ్నీ ఆన్ చేసింది. స్టౌ వెలుగుతున్నా మంట కనబడకపోవడం గురించి వింది, కానీ ఇప్పుడే చూడటం.. అయినా ఆ ఆశ్చర్యాన్ని బయటకు కనబడనీయలేదు.

"మామూలుగా పనమ్మాయి ఉంటుంది, మన ఊరేలే. దానికేదో పనుందని రెండ్రోజుల్నించి రావడం లేదు. అతనకి గంటకోసారి కాఫీయో, టీయో పడకపోతే బుర్ర పని చేయదు" అంది.

ఆమె ఆశ్చర్యంగా "ఉన్నడా? సారీ.. ఉన్నారా? ఎక్కడా కనిపించనే లేదు?"అంది.

"నువ్వు మరీనూ. ఉన్నారా ఏంటి?" అని నవ్వి,

"చిల్డ్రన్ బెడ్రూమ్ బాల్కనీలో ఉన్నాడు. ఏదో కాన్ఫరెన్స్ కాల్ మాట్లాడుతున్నాడు. బిజెనెస్ వ్యవహారాల్లో తను చాలా సీరియస్‌గా ఉంటాడు. లేకపోతే మనల్ని బతకనివ్వరంటాడు" అంది.

మరో గిన్నె తీసుకుని పక్క బాస్కెట్‌లోంచి చేమగడ్డలు తీసి అందులో వేస్తూ "అర్గానిక్‌వి, మరీ అంత ఖరీదేం ఉండవు. వీటితో ఫ్రై అంటే తనకెంతిష్టమో" అంది.

"అవును, వ్యాపారం అన్నాక జాగ్రత్తగానే ఉండాలి" అంది తను, ఏమనాలో తెలీక.

కాఫీ కలిపి హాల్లోకి వచ్చేసరికి అతను కూడా వచ్చాడు. వస్తూనే చాలా ఆప్యాయంగా పలకరించాడు. దగ్గరగా వచ్చి, ఆమె భుజాల చుట్టూ చేతులు వేసి, తల ఆన్చి ఆలింగనం చేసుకున్నాడు. ముగ్గురూ అనేక విషయాలపై గడగడ మాట్లాడేసుకున్నారు. అమెరికా సామ్రాజ్యవాదం, చైనా దూకుడు, భారత్‌లో మత ఛాందసత్వం, వారి ఉద్యోగాలు, పిల్లలు, వారి అల్లరి, చదువులు ఒకటేమిటి.. అన్నీ బడబడా దొర్లిపోయాయి.

వద్దంటున్నా వినకుండా అతను ఆమెను పంజాగుట్ట వరకు కారులో డ్రాప్ చేసి, బస్ ఎక్కించాడు.

'అబ్బ ఎంత అన్యోన్యంగా ఉన్నారు, ఎంత మంచి వాళ్లు, ఎప్పుడూ అంత సంతోషంగా ఎలా ఉంటారో' అనుకుంటూ వాళ్ల గురించి బస్‌లో ప్రయాణిస్తున్నంత సేపూ మెచ్చుకుంటూనే ఉంది.

ఇంటి దగ్గరకు వచ్చాక ఫోన్ చేసింది-'జాగ్రత్తగా చేరా'నని.

కానీ, స్నేహితురాలు "ఏ కారులో తీసుకెళ్లాడు?"అని అడిగేసరికి అవాక్కయ్యింది.

"అదేంటి? రెండు కార్లున్నాయా?"అని,

"ఏమో, ఏ కారో చూడలేదు. బ్లాక్ కలర్‌లో ఉంది" అంది.

"ఓహ్.. అనుకున్నా. మన అనుకున్నవాళ్లందరినీ అతను రేంజ్ రోవర్‌లోనే డ్రాప్ చేస్తాడు"అని గలగల నవ్వి,

"సరే, తీరుబడిగా ఉన్నప్పుడు ఫోన్ చెయ్, ఇటు వచ్చినప్పుడు కలుస్తూండు" అంది.

ఫోన్ కట్ చేస్తూ, అపార్ట్‌మెంట్ లిఫ్ట్ దగ్గర వెయిట్ చేస్తూ 'ఒకప్పటి రెబల్ స్టార్ అంత అణకువగా ఎలా మారిపోయింది? ప్రతిదానికీ స్త్రీల హక్కులూ, అధికారాలు, ఆత్మవిశ్వాసం అనే ఆమె అంత మామూలు ఇల్లాలిలా ఎలా

మారిపోయింది?' అని ఆమెకు సందేహం వచ్చింది.

భర్త కాఫీ తీసుకురావడంతో ఆలోచనలోంచి తేరుకుని, స్నేహితురాలింటికి వెళ్లిన విషయం చెప్పింది. అతను స్పందనగా ఓసారి ఆమె ముఖంలోకి చూసి ఊరుకున్నాడు.

"అబ్బ.. వాళ్ల ఇల్లు ఎంత బావుందో తెలుసా. బానే సంపాయిస్తున్నారు. బంజారాహిల్స్‌లో సొంత ఇల్లు, రెండు పెద్ద కార్లు, ఆ ఇంటి మెయింటైనెన్స్.. వాళ్లబ్బాయి కూడా గచ్చిబౌలిలోని ఇంటర్నేషనల్ స్కూల్లో చదువుతున్నాడుట"

"ఊహూ.." అన్నాడతను ఏదో ఆలోచిస్తూ.

"ఊహూ.. కాదు. ఆమె ఎంత మారిపోయిందో తెలుసా? అసలు అప్పట్లో ఫెమినిజమనీ, రాడికల్ ఫెమినిజమనీ ఎన్ని చర్చలు జరిపేది? ఆ ఆవేశంతోనే కదా లోపలికి పోయింది. ఇప్పుడేంటో 'ఇలా అయితే అతనికి నచ్చదు, అలా అయితేనే అతనికి ఇష్టం' అంటోంది" అని తన మనసులోని మాటను బయట పెట్టింది.

మళ్లీ తనే "పోనీ అభిప్రాయాలు ఏమైనా మారాయా అంటే.. అదీ లేదు. అప్పటిలాగే మాట్లాడుతున్నారు, రాస్తున్నారు. అలా ఎలా సాధ్యమా అన్నదే నాకు అర్థం కావడం లేదు" అంది.

అతను సీరియస్‌గా ఓసారి చూసి ఊరుకున్నాడు. అతడు తొందరపడి ఏదీ మాట్లాడడు. అందుకనే ఏవైనా సైద్ధాంతికమైన సందేహాలు, సమస్యలు వచ్చినప్పుడు పాత మిత్రులు ఆయనను సంప్రదించి సలహాలు తీసుకుంటూ ఉంటారు.

ఆమె కూడా మౌనంగా ఉండి పోయింది. ఆ మౌనంలోనే కొడుకు గుర్తుకు వచ్చాడు. 'ఇంట్లో మీరిద్దరూ ఎప్పుడూ కీచులాడుకుంటూ వుంటే.. నాకు చదువుకోవడానికి కాదు. నేను హాస్టల్లో ఉంటా'నని ఎంత బతిమాలినా వినకుండా వెళ్లిపోయాడు. తెలివైనవాడు, మార్కులు బాగానే వచ్చాయి. కానీ తగినన్ని రాలేదు. అందుకు ఇంట్లోని ఘర్షణ వాతావరణం, ఇరుకుదనం కూడా కారణమా? నేనేమైనా కావాలని గొడవ పడతానా?' అనుకుంది ఓ క్షణం.

'మరి వాళ్లెందుకు గొడవ పడరు? తన సొంత హక్కుల కోసం పోట్లాడదు? అణిగిమణిగి.. అన్నిటికీ తలూపుతూ ఎలా ఉంటుంది?' అనుకుంది మరుక్షణం.

కొంతమంది స్నేహితులను కలిసి వచ్చినప్పుడల్లా ఆమెలో ఈ ఘర్షణ మామూలే.

అతను తన మాటకు తలూపడం ఎలా వున్నా, చుట్టుపక్కలవారి దృష్టిలో తాము కొంత చులకన అవుతున్నామేమోనని కూడా ఆమెకు అనుమానంగా ఉంది.

వాళ్లుండేది ఓ ఐదంతస్తుల మిడిల్ క్లాస్ అపార్ట్‌మెంట్. మెయిన్ డోర్ తెరిచి వున్నప్పుడే కాదు, కిటికీల్లోంచి కూడా ఒకరి ఇళ్లు ఒకరికి కనిపిస్తూనే ఉంటాయి. ఆయన వంట చేస్తుండగా చూసి, ఏదో అడగడానికో, మాట్లాడటానికో వచ్చిన చుట్టుపక్కల ఆడవాళ్లు గబగబా వెనక్కు వెళ్లిపోవడం తెలుసు. ఒకసారి అపార్ట్‌మెంట్ ప్రెసిడెంట్ భార్యతో మాట్లాడుతుంటే, తను కాఫీ తెచ్చిచ్చాడని ఆమె ఎంతో ఫీలైపోయింది.

'సరే వీళ్లంటే తరతరాలుగా అలవాటు పడిపోయారు. వాళ్లకేమైంది?' అనుకుంటూ మళ్లీ మొదటికి వచ్చింది.

డైలీ సీరియల్ రీకాప్‌లా, స్నేహితురాళ్లంతా ఒక్కసారిగా కళ్లముందు నిలిచారు. చాలామంది భర్తల అడుగులకు మడుగులు వత్తుతూనే ఉన్నారు. కాకపోతే అదేదో అణిగిమణిగి చేస్తున్నట్టు కాక; చాలా మామూలుగా, స్నేహంగా, బాధ్యతగా చేస్తున్నట్టు చేస్తారు. అది ధర్మమనీ, ఆచారమనీ, సంస్కృతనీ అనరు. కాపురం అన్నాక సర్దుకుపోవాలి అనరుగానీ, సాహచర్యంలో కలిసిమెలిసి ఉండకపోతే ఎలా అంటారో, ఏమో? డైలీ సీరియల్స్‌లో ఒకే మగాడిని మొగుడిగా చేసుకోవడానికి ఇద్దరో, ముగ్గురో పోటీ పడ్డట్టు తమ మొగుడిని-అదే సహచరుడిని- ఎవరైనా ఎగేసుకుపోతారేమో అన్నట్టు మొగుళ్ల పేర్లు తమ పేర్లకు తగిలించుకుని గర్వంతో మురిసిపోతుంటారు. ప్రస్తావనకు వచ్చినప్పుడు తమ మేథావితనాన్నంతా వినియోగించి వాదించి, దాటేస్తారు.

డైలీ సీరియల్ అంటే గుర్తుకు వచ్చింది. క్షణం తీరికలేదనే స్నేహితుల్లో కొంతమంది ఈ డైలీ సీరియల్స్ కూడా చూస్తారని తెలిసి ఆమె తెగ ఆశ్చర్యపడి పోయింది. 'ఏదో కాలక్షేపం కోసం' అని కొందరూ, 'మా అత్తగారికి చాలా ఇష్టం ఆ సీరియల్, అందుకని అదొక్కటి..' అని ఇంకొందరూ, 'సమాజంలో ఏం జరుగుతోందో, అందరూ ఎలా ఆలోచిస్తున్నారో తెలుసుకోవాలంటే చూడొద్దా' అని అతి తెలివితో మరికొందరు ప్రశ్నించడం ఆమెను పూర్తిగా అయోమయంలో పడేసింది.

ఆమె ఇలా అయోమయంలో కొట్టుమిట్టాడుతుండగా భర్త వచ్చి

"డిన్నర్ రెడీ చేయనా?" అన్నాడు.

"చెయ్యి. నన్నడగడమెందుకు?" అంది అలవాటుగా. కానీ, అందులో ఇంతకుముందటి విసురు లేదు. రెగ్యులర్‌గా వంటావార్పు అతనే చేయడు. మూడ్‌ని బట్టీ, ఆఫీసుల నుంచి రావడాన్ని బట్టీ ఎవరో ఒకరు చేస్తారు. కాకపోతే, ఆమె తను చేద్దామనుకున్నదే చేస్తుంది. అతడు మాత్రం ఆమెను అడిగి చేస్తాడు.

అతను కిచెన్‌లోకి వెళ్లిన కాసేపటికి, తను కూడా వెళ్లింది. ఎందుకో అతడు

అంత హుషారుగా ఉన్నట్టు కనిపించలేదు.

"ఏం చేస్తున్నావ్? బాగా ఆకలిగా ఉందా?" అని అడిగింది. అతడు సమాధానం చెప్పేలోగానే "నాక్కొంచెం పనుంది. మా ఫ్రెండ్‌ని కలిసి వస్తా. వచ్చేప్పుడు బయటి నుంచి తెచ్చెయ్యనా?" అంది.

అతను అంగీకారంగా తలూపాడు.

ఆమె చున్నీ తీసుకుని బయల్దేరింది. వాళ్ల ఉండే ఏరియా నుంచి మెయిన్ రోడ్ మీదకు వెళితే అక్కడే పక్క సందులో ఆమెకొక స్నేహితురాలుంది. ఇద్దరూ ఒకే వయసువారు కావడం, ఆర్థిక పరిస్థితి కూడా దాదాపుగా ఒకటే కావడంతో సాన్నిహిత్యం ఎక్కువ. ఆ స్నేహితురాలు కూడా ఒకప్పుడు బాగా విస్తృతంగా రాసేది. తరువాత మానేసింది. కానీ, ఇప్పటికీ బాగా చదువుతూనే ఉంటుంది.

ఆమె ఉండే అపార్ట్‌మెంట్ అంత దూరంలో ఉండగానే స్నేహితురాలు బయటకు వస్తూ కనిపించింది.

"ఏంటిలా?" అంది తనను చూడగానే.

"ఊరికే.. ఆయనకు వండే ఓపిక లేదన్నాడు, నాకెలాగూ మూడే లేదు. అందుకే పార్సిల్ తీసుకుపోదామని వచ్చా. మధ్యలో నిన్నోసారి పలకరిద్దామని ఇటు తిరిగా" అంది నవ్వుతూ.

ఇద్దరూ పక్క వీధిలో ఉన్న పార్క్ దగ్గరకు వెళ్లి, మిక్చర్ కొనుక్కొని లోపలికి వెళ్లి ఓ పక్కన కూర్చున్నారు. ఆ మాటా, ఈ మాటా పూర్తయ్యాక ఆమె తనలోని ఘర్షణను బయటపెట్టింది.

"నిజమే. వీళ్ల సొంత జీవితాల్లో ఇలా సర్దుకుపోతూ ఎదుటివాళ్లకు మాత్రం నీతులు ఎలా చెబుతారో నాకూ అర్థం కాదు. మామూలుగా ఏవీ తెలియని మా వదినలుగానీ, అక్కలుగానీ అప్పుడప్పుడైనా మొగుడిని విసుక్కుంటూ, సణుక్కుంటూ ఉంటారు. కానీ, వీళ్లు అస్సలు నోరే మెదపరు. అది నాకు చాలా పెద్ద ఆశ్చర్యం అబ్బా.." అంది స్నేహితురాలు.

మళ్లీ తనే "అందరూ అలా ఏం లేరులే. తక్కువగానే అయినా కొందరు విలువలకు కట్టుబడి పోరాడుతూ జీవితాలను ఈడ్చుకొస్తూనే ఉన్నారు. విషాదం ఏమిటంటే, వారికి పెద్దగా గుర్తింపు ఉండదు. మళ్లీ వాళ్లు చేసే రచనలను మాత్రం గౌరవిస్తారు. విలువలను ఏమాత్రం ఆచరించరు. అయినా, ఇదంతా ఓ పెద్ద చర్చబ్బా.. ఒకరకంగా చెప్పాలంటే పనికిమాలిన చర్చని కూడా అనిపిస్తుంది" అంది మిక్చర్ తినేసిన కాగితానికి చేతులు తుడుచుకుంటూ.

"ఇంత అణిగిమణిగి మసలుకొనేవారు వరలక్ష్మీ వ్రతాలు, శ్రావణ శుక్రవారం నోములూ కూడా పడితే ఇంకా బావుంటుందిగా?" అంది కాస్త వెటకారంగా.

"అంటే, ఏంటి? వ్రతాలే చేయాలా? అత్త పేరు చెప్పో, ఆడపడచు వచ్చి చూపించమందనో, అమ్మకు ఇష్టమనో గుళ్లు గోపురాలు తిరిగేవాళ్లు లేరా, మన వాళ్లలో? అయినా, ఇప్పుడు చాలామంది లక్షణంగా బొట్లు పెట్టుకోవడంలే. కొందరు మెడలో నల్లపూసలు కూడా వేసుకుంటున్నారు. అటువంటి వాళ్లదే డామినేషన్ అంతా" అంది స్నేహితురాలు, ఈ విషయాలు కూడా తెలీవా అన్నట్టు.

"పోనీ అని వీళ్లను పూర్తిగా ఈసడించుకోవడానికీ లేదు. వీళ్లలో కొంతమందైనా బాధితులకు అండగా నిలుస్తూనే ఉన్నారు. ఆర్థికంగా ఆదుకోవడమో, పోలీసులు, లాయర్ల సహాయం అందేలా చూడటం వంటివి చేస్తూనే ఉన్నారుగా" అందామె.

ఆమె కన్ఫ్యూజన్ ఒకపట్టాన తొలగేలా లేదు.

"అదే నాకూ అర్థంకానిది. ఈ ద్వంద్వ వైఖరి ఎలా సాధ్యమా అని? ఒకోసారైతే, మనమే వాళ్లను సరిగా అర్థం చేసుకోవడం లేదేమోనని కూడా అనిపిస్తుంది. మనం మాత్రం వాళ్లకంటే ఏమంత భిన్నంగా ఉన్నామని? వాళ్లు గతంలో చేసిన త్యాగాలు, ఇప్పుడు చూపుతున్న ఔదార్యంతో పోల్చుకుంటే మనం ఎంత? దానికితోడు 'వ్యక్తుల ప్రైవేట్ జీవితాలు వారివారి సొంతం' అని ఎప్పుడో నిర్ణయించేశారుగా"

"అంటే వారి ద్వైతాన్ని ప్రశ్నించే అద్వైతం తగదంటావ్?" అంది కాస్త నిర్లిప్తంగా.

"అలా అననుగానీ, మన పని మనం చేద్దాం. చేతనైన సామాజిక సేవా కార్యక్రమాల్లో పాల్గొంటూ, తోచింది రాద్దాం. అయినా ఒక మాట చెప్పనా.. పట్టాలు దూరంగా ఉన్నా సమాంతరంగా సాగితేనే ప్రయాణం సాఫీగా సాగేది. లేకపోతే బండి పట్టాలు తప్పుతుంది. అయినా, అర్థం చేసుకునే భర్త ఉన్నప్పుడు ఘర్షణ పడాల్సిన అవసరం ఏముంది? ఓసారి శాంతంగా ఆలోచించు. ఇల్లు ప్రశాంతంగా ఉండాలంటే మనవంతుగా మనం కాస్త అవగాహనతో సాగాలి. పైగా మన మొగుళ్లు కూడా పాపం దుర్మార్గులేం కాదు కదా" అంది స్నేహితురాలు అనునయంగా.

"అంటే పతివ్రతలయందు కమ్యూనిస్ట్ పతివ్రతలు మేలయా అంటావ్" అందామె.

"పోనీలే.. నువ్వు ఎలా అనుకుంటే అలా. అలా అనుకునైనా, ఆచరించావనుకో నువ్వు అటు ఆదర్శ అభ్యుదయవాదిగా, ఇటు అభ్యుదయ ఆదర్శ గృహిణిగా ఇంటా బయటా అవార్డులు, రివార్డులు కొట్టేయడం ఖాయం" అంది స్నేహితురాలు లేచి నవ్వుతూ.

"నాకేం అవార్డులు, రివార్డులు అక్కర్లేదు. నా కొడుకు ఇంటికి వచ్చేస్తే అంతే చాలు" అందామె, ఏదో నిర్ణయానికి వచ్చినట్టు.

"చూశావా మనం ఏమాత్రం మారలేదు. మనకిప్పుడు కూడా ఈ కమ్యూనిస్టులే ఆదర్శమయ్యారు" అంటూ పగలబడి నవ్వింది స్నేహితురాలు.

ఉత్తమ గృహిణిగా మారబోయే ముందు, చివరిసారిగా స్నేహితురాలి నవ్వుతో ఆమె మనస్ఫూర్తిగా శృతి కలిపింది.

30.08.2022

14-20 డిసెంబర్ 2020,
జాగృతి వార పత్రిక

# బంగారు కలలు

అది 2009వ సంవత్సరం ముగియడానికి చివరి నెల మొదలై పట్టుమని పది రోజులైనా కాని రోజు..

"అయితే, ఇక మనం అన్నీ సర్దుకోవాల్సిందేగా?"

రాత్రంతా ఎక్కడో తిరిగి అర్థరాత్రి దాటాక ఇంటికొచ్చిన భర్తకు తలుపు తీసి, నిద్రమత్తులోనే అడిగింది అతడి భార్య.

అటువంటి ఆలోచనలేమీ లేని అతడ నివ్వెరపోయాడు. అతడి నుంచి సమాధానం రాకపోవడంతో కళ్లు కాస్త తెరిచి భర్త అవతారం గమనించింది. ముఖంలో ఆనందం వెల్లివిరుస్తోంది. చొక్కాపై, ప్యాంట్‌పై రంగులు పడ్డాయి. తలపై పూల రేకులున్నాయి.

"ఊ.. అదన్నమాట సంగతి. మనల్ని గెంటేస్తుంటే సిగ్గులేకుండా వాళ్లతో కలిసి సంబరాలు చేసుకుని వస్తావా?" అని కాస్త విసుగు ప్రదర్శించి బెడ్ రూమ్‌లోకి వెళ్లిపోయింది.

అతడు కూడా గది గుమ్మం వరకు వెళ్లి పడుకున్న పిల్లలను ఓసారి చూసి, మరో బెడ్ రూమ్‌లోకి వెళ్లి బట్టలు మార్చుకుని, ఫ్రెష్ అయి వచ్చి మంచంపై వాలాడు. తాగిన మత్తు ఒత్తిడి చేస్తున్నా, దాచుకోలేని ఆనంద అతడిని నిద్ర బోనీయడం లేదు. ఫోన్ తీసుకుని వాట్సప్ ఓపెన్ చేశాడు.

అన్ని మెసేజెస్‌లోనూ అదే ఆనందం, అవే ఫొటోలు, అలాంటివే దృశ్యాలు. నెమ్మదిగా ఫోన్ పక్కన పెట్టేశాడు. చిన్నగా నవ్వుకుంటూ ఎవరినో కౌగిలించుకుంటున్నట్టు చేతులు రెండూ పెనవేసుకుని, చిర్నవ్వుతో దీర్ఘశ్వాస తీసుకున్నాడు. సీలింగ్‌కు తిరుగుతూ వేళాడుతున్న ఫ్యాన్‌ను చూస్తూ "ఎన్నాళ్ల కల ఇది" అనుకున్నాడు.

'ఒక ఉద్యమాన్ని నెత్తికెత్తుకుని, దాన్ని సాధించి, తమ జీవిత కాలంలోనే సాకారం చేసుకున్న వాళ్లు గతంలో ఎక్కడైనా ఉన్నారా?'

మళ్లీ తనే 'మనం ఉన్నాం కదా, ఈ అపూర్వ విజయాన్ని ఆస్వాదిస్తున్నాం

కదా' అనుకున్నాడు. ఇలాగే; ఏవో, ఇంకేవో ఆలోచనానందాలలో తలమునకలవుతూ తెల్లవారుజామున ఎప్పుడో నిద్రలోకి జారుకున్నాడు.

ఆలస్యంగా లేచి, హడావిడిగా ఆఫీసుకు వెళ్లి, అక్కడ పనుల్లో పడి తేరుకునేసరికి సాయంత్రమై పోయింది. తన క్యాబిన్ లోంచి అతడు బయటకు వచ్చి చూస్తే కొంతమంది ముఖాలు దిగాలుగా, కొంతమంది ముఖాలు ధీమాగా కనిపించాయి. అందరూ వెళ్లే మూడ్‌లో ఉంటారు కాబట్టి ఎవరినీ డిస్టర్బ్ చేయలేదు. ఆఫీస్ బాయ్ వస్తే మామూలుగానే "ఏంటి సంగతులు?" అన్నాడు.

"ఏముంటుంది సార్, ఎవడి శునకానందం ఆడిది" అన్నాడు చనువుగా.

"ఏమైంది?" అన్నాడు లాప్ టాప్ బ్యాగ్ భుజానికి తగిలించుకుంటూ.

"ఏముంటది సార్, వచ్చిందని సంబరపడ్డమో లేదో.. ఇల్లలకగనే పండగైతదా అని ఆళ్లు సంకలు గుద్దుకుంటున్నారు"

"ఒకసారి ప్రకటించాక ఇక పండగే అయితాది"

"అట్ట కాదుట సార్, మళ్లీ మారుస్తరట" అన్నాడతను.

వాడి అమాయకత్వానికి నవ్వుకుంటూ "చట్టం, రాజ్యాంగం అని కొన్ని ఉంటాయి.." అంటూ ఏదో చెప్పబోయాడు.

"అయన్నీ ఏముందిలే సార్, ఆళ్లు ఉన్నాయంటే ఉన్నట్టు.. లేవంటే లేనట్టే కద సార్" అన్నాడు.

వీడితో వాదించే టైమ్ ఇది కాదు అనుకుంటూ "ఏం ఫికర్ పడకు, మస్తు చలాయిద్దువ్" అంటూ ఓసారి అతడి వీపు తట్టి బయటపడ్డాడు.

సరాసరి రోజూ తన మిత్రుడిని కలుసుకునే బార్ అండ్ రెస్టారెంట్‌కు చేరుకున్నాడు. సాధారణంగా తనకంటే ముందే వచ్చే మిత్రుడు ఆ రోజు ఆలస్యంగా వచ్చాడు. అతడి ముఖం కూడా అంత హుషారుగా లేదు.

'రాత్రి నిద్రలేకపోవడం వల్లనేమో' అనుకుంటూ

"ఏంట్రా లేటు? ఆఫీసుకు వెళ్లకుండా ఇప్పటి వరకు ఇంటి దగ్గరే పడుకున్నావా ఏంటి?" అన్నాడు నవ్వుతూ.

"నీకలాగే ఉంటుంది బాబూ.. ఇవాళ ఆఫీసుకి ఎవరూ రాలే. అంటే, వచ్చారు. కానీ, అంతా బయటే తిరుగుళ్లు. పనంతా నేనే చేసుకోవాల్సి వచ్చింది" అన్నాడు.

"అదా సంగతి, ఏదో డల్‌గా కనిపిస్తుంటే రాత్రి డోస్ ఎక్కువైందేమో అనుకున్నా"

"అందుకు కాదురా, మళ్లీ ఏదో మెలిక పడిందటగా?"

"ఇంకేం మెలికరా? ఒకసారి ప్రకటించేశాక ఇక అంతే"

"లేదురా, మీ వాళ్లు అంత తొందరగా వదిలిపెడతారా? నేనిలు.. నూనెలు, పాటిలు.. ఘనాపాఠీలు ఏకమవుతున్నారని, అడ్డుకుంటారని అంటున్నార్రా" అన్నాడు దిగులుగా.

"మీ వాళ్లంతా ఇంత అమాయకులు కాబట్టేరా ఇంతకాలం పట్టింది. కాకపోతే..

నువ్వు కూడా ఏంట్రా అలా మాట్లాడతావ్? బాధ్యతగల పదవిలో ఉన్న వ్యక్తి ప్రకటించినప్పుడు కాదని మళ్లా ఎట్లా అంటారు? రాజ్యాంగాలు, చట్టాలు ఏమీ ఉండవేరా?"

"అరె ఎక్కడున్నవ్ రా నువ్వు. మీవాళ్లనుకుంటే అయన్నీ ఏముందిరా?" అన్నాడు.

తనేదో అనబోయాడు. కానీ, మిత్రుడి ముఖంలో కోపం చోటుచేసుకోవడం చూసి ఆగిపోయాడు.

"నువ్వని కాదులేగానీ, మీ వాళ్లు భలే అమాయకత్వం నటిస్తార్రా. కాకపోతే, ఇంతకుముందు లేవేరా చట్టాలు. నీళ్లలో, చదువుల్లో, ఉద్యోగాల్లో మాకు ఎంతంత ఇవ్వాలో రాసుకోలేదా, మీ చట్టాల్లో. మరి, ఇచ్చిర్రా అట్లనే?" అంటూ ఆవేశంగా నిలదీశాడు.

స్నేహితుడి ఆవేశంలోని నిజాయితీకి తలొగ్గి, తిరిగి కోప్పడకుండా మౌనంగా ఉండిపోయాడు.

"ఇక్కడదాకా వచ్చాక, ఆపలేరు. కాకపోతే ఇంకాస్త డిలే చేస్తారు. అంతే" అని అనునయంగా ఏదో చెప్పబోయాడు.

"వస్తదిరా, ఏడకిపోద్ది. ఇప్పటికే సానమంది పోయిర్రు. లేటయినకొద్దీ ఇంకెంతమంది పోతరో లెక్కబెట్టుకుంటుండాల. మా చెల్లిది ఇంటర్ అయిపో వస్తోంది. దానికి డిగ్రీల మంచిగ సీటు వస్తుందనుకున్నా. మా తమ్ముడిని అప్పుడెప్పుడో ఆడినీ, ఈడినీ పట్టుకుని ఒక ఆఫీసులో కుదిర్చా కదా. ఆడిది ఇక పర్మినెంట్ అయిద్దనుకున్నా" అని గట్టిగా నిట్టూర్పు విడుస్తూ,

"ఇట్లా ఎంతమంది.. ఎన్ని ఆశలు పెట్టుకున్నరో" అన్నాడు.

మిత్రుడి కంట్లో సన్నటి నీటిపొర అతడి దృష్టిని తప్పించుకు పోలేదు. దాంతో అతడు మౌనం వహించాడు.

ఇద్దరూ బతుకు తెరువు కోసం నగరానికి వచ్చినవారే. కాకపోతే, ప్రాంతాలు వేరు. అతడిది బహు దగ్గర, ఇతడిది చాలా దూరం. ఇప్పుడున్న సామాన్యమైన స్థితికి రావడానికి ఇద్దరూ సమానంగానే కష్టపడ్డారు. కానీ, అతడికి ఎప్పుడూ ఎక్కడో అక్కడ ఏదో అడ్డంపడుతూనే ఉంటుంది. ఒకరకంగా చూస్తే ఆ మిత్రుడి అర్హతలు కూడా ఎక్కువే. ముంబై, చెన్నై లాంటి పెద్ద సిటీల్లో ప్రొఫెషనల్ కోర్సులు చేశాడు. ఢిల్లీలో ట్రైనింగ్ తీసుకున్నాడు. అందుకే, అతడి మాట్లాడే భాష అతడి ప్రాంతాన్ని పట్టివ్వదు. అప్పుడప్పుడు మాత్రం కొంచెం ఆ యాస దొర్లుతుంది.

ఆ మాటే వాడితో అంటే..

"ఎన్నో పోగొట్టుకున్నంరా, అవమానించి చంపుతుంటే భాష మాత్రం మిగులుద్దేరా?" అంటాడు బాధగా.

ఇద్దరూ లేచి బయటకు వచ్చారు. రాత్రి తళుకుబెళుకులతో ధగధగ లాడుతున్న నగరాన్ని ఇద్దరూ నిశ్శబ్దంగా చూశారు.

"నిన్నంతా ఎంత గోలగా ఉండెరా, ఇప్పుడు చూడు.." అన్నాడు.

"అరె, ఏం కాదులేరా. వస్తుంది. నువ్వేం దిగులు పెట్టుకోకు" అని స్నేహితుడిని దగ్గరకు తీసుకుని కౌగిలించుకున్నాడు.

ఎందుకో, ఎప్పుడూ కంటే బరువుగా అనిపించాడు-బహుశా, దుఃఖ భారం కూడా తోడు అవ్వడం వల్లనేమో.

ఎక్కిన్ కిక్‌తో, దిగని దిగుళ్లతో ఇద్దరూ ఇళ్లకు బయల్దేరారు.

❖ ❖ ❖

"ఆగిపోయిందటగా?" అంది అతడి భార్య తలుపు తీస్తూనే. కొంచెం వెటకారంగా చూస్తూ, నిద్రమత్తులేని ఆనందం తాండవిస్తున్న ముఖంతో.

"టూమచ్ అబ్బా. ఆగిపోతే నీకు ఒరిగేదేముంది. అక్కడ వాళ్లు ఎంత మంది ఎన్ని ఆశలు పెట్టుకున్నారు. ఎన్ని ప్రాణాలు పోయాయి. అసలు ఇవేమీ ఆలోచించవా."

"నా మీద ఎగురుతావెందుకలా? నేనా ఆలోచించాల్సింది - ఇచ్చేవాళ్లు, తీసుకునేవాళ్లు గానీ. మధ్యలో నాదేముంది? అక్కడికి వాళ్లందరినీ నేనే మర్డర్ చేసినట్టు మాట్లాడతావ్. నీకు బుర్రలేదు, వాళ్లకీ లేదు" అంది.

"నువ్వు ఊరికే వాగద్దు"అని గట్టిగా అరిచి, పిల్లలు లేస్తారేమోనని సంశయించి.. గొంతు తగ్గించి "నన్నేమైనా అంటే అను. మధ్యలో వాళ్లనెందుకు అనడం?" అన్నాడు.

"అంటాను, నిన్నూ అంటాను.. వాళ్లనీ అంటాను. నేనొక్కత్తినే కాదు. మా ఆఫీసులో కొలీగ్స్ అంతా కూడా అంటున్నారు. వాళ్లకి ఒక సీ షోర్ లేదు, పెద్ద రైల్వే జంక్షన్ లేదు, మంచి డ్యామ్స్ ఏమీ లేవు. ఇంకం ఎలా జనరేట్ అవుతుంది. హౌ ద గవర్నమెంట్ రన్?" అంటూ ఆమె తన వాదనలకు తెరతీసింది.

"ఇవేమీ ఆలోచించకుండా, మాది మాక్కావాలె అంటే. ఇచ్చెయ్యడానికి ఇదేమైనా చాక్లెట్టా? లేక ఏమైనా పొలం గట్టు తగాదానా? ఎన్ని ఆలోచించాలి" ఆమెకు కడుపులో ఉన్న అక్కసంతా కక్కేయాలని ఉంది.

ఇటువంటి సమయాల్లో వాదనకు దిగడం వివేకం కాదని అతడికి తెలుసు.

ఇంతలోనే ఆమె మళ్లీ అందుకుంది. "అంటే అన్నామని అంటారుగానీ, అసలు వాళ్లంత బద్ధకస్తులు ఇంకెవరూ ఉండరు తెలుసా? ఒక్కళ్లు కూడా పొద్దున్నే లేవరు? సుబ్బరంగా చదువుకోరు. చదువుకుంటే ఎందుకు రావు ఉద్యోగాలు? ఎవ్వరూ కూడా ఊరు దాటి పోరు. అన్నీ గుమ్మంలోకే రావాలంటే వస్తాయా? వాళ్లంతా 'ఖానా పీనా సోనా' బ్యాచ్" అంది అతడి మౌనాన్ని అలుసుగా తీసుకుని.

అతడిలో కోపం బుసబుసా పొంగింది. ఆమె అన్న అన్ని మాటలకు అతడు సమాధానం చెప్పగలడు. కానీ, ఆమెకు వినే ఉద్దేశం లేదని అతడికి తెలుసు.

అందుకని "సర్లే నిద్రమత్తులో ఏదేదో వాగుతున్నావ్. పిల్లలు లేస్తారు. పోయి పడుకో" అన్నాడు, సాధ్యమైనంత వరకు కోపాన్ని గొంతులోనే తొక్కిపెడుతూ.

"యథా రాజా తథా ప్రజ అని ఊరికే అన్నారా?" అని సాగదీస్తూ ఆమె వెళ్లిపోయింది.

అవి కేవలం తన భార్య అభిప్రాయాలు మాత్రమే కాదని అతడికి తెలుసు. మొన్నమొన్నటి వరకూ వీళ్లంతా 'ఇస్తే ఇవ్వనీ', 'ఇస్తే మనకు పోయేదేముందిలే', 'అయినా ఇచ్చినప్పుడు కదా' అని లోపల్లోపల అనుకుంటూ పైకి మద్దతు పలికినట్టు నటించారు. 'తీరా విషయం తేలిపోయేసరికి, వీళ్ల అసలు రూపాలు బయట పడుతున్నాయి' అని ఆలోచిస్తూ నిద్రలోకి జారుకున్నాడు.

❖ ❖ ❖

ఆ రోజు ఆదివారం. యథాప్రకారం బంధువులు, పరిచయస్తులు, అనుకోకుండా మనం ఉండే ప్రాంతం వైపు వచ్చినవారు మన ప్రైవసీపై దాడి చేసే వారం. ఆ రోజు అలాగే జరిగింది. ఆమె చెల్లెలు, కొడుకూ ఎందుకో ఇటువైపు వస్తూ మధ్యాహ్నం భోజనానికి వాళ్లింటికి వచ్చారు. మామూలు మాటలు, మర్యాదలు పూర్తయ్యాయి.

"ఏంటింత దూరం వచ్చారు?" అడిగాడతను.

"ఏం లేదండి. ఎప్పుడో మా పెళ్లప్పుడు మా నాన్నగారు ఇక్కడ దగ్గర్లో చిన్న ప్లాట్ తీసుకున్నారు. ఫర్వాలేదు, బాగానే పెరిగింది. ఇప్పుడు అమ్మేద్దామని" అంది.

"అదేంటి? ఇప్పుడేమవసరం వచ్చింది గనుక. పిల్లలు ఇంకా చిన్నవాళ్లే కదా" అన్నాడతను.

ఆమె భర్త ముందుకు వచ్చి "అవసరం కాదండి, స్థలాల ధరలు ఇంక పెరగవండి. కాస్త ఆగితే కొన్న రేటయినా వస్తుందాని డౌట్. అందుకనే.." అంటూ ఏదో చెబుతున్నాడు.

అతడికి ఏం మాట్లాడాలో అర్థం కాలేదు.

ఇంతలోనే ఆయన భార్య వంటింటి లోంచి వింటి నుంచి విడిచిన బాణంలా దూసుకు వచ్చి "ఆయనకి ఇలాంటి విషయాలేమీ తెలియవు లేరా. అమ్మెయ్యాలను కుంటే మాత్రం ఇదే సరైన సమయం. మనవైపెక్కడైనా కొత్తది కొనుక్కోవచ్చు. అన్నట్టు, మొన్న వదిన ఫోన్ చేసింది. అక్కడ విశాఖపట్నంలో, కాకినాడలో రేట్లు ఊరికే పెరిగిపోతున్నాయట. ఓ యాభయ్యో, వందో అటూ ఇటైనా ఇక్కడ తీసేసి మనవైపు తీసుకున్నావనుకో.." ఆమె ఉపదేశం సాగిపోతోంది.

"అదే అనుకుంటున్నా. అందుకే ఓసారి చూసి, మాట్లాడి వెళదామని వచ్చా" అన్నాడతను.

'వీళ్ల ద్వంద్వ వైఖరికి అతడు ఆశ్చర్యపోయాడు. ఒకవైపు విడిపోదు అంటారు. మరోవైపు విడిపోతుందేమోనని ఏర్పాట్లు చేసేసుకుంటున్నారు' అనుకుంటూ నిట్టూర్చాడు.

అనుమానాలు, సందేహాలు;రాజ్యాంగం, చట్టాలపై చర్చలు; సాధ్యాసాధ్యాలపై వాదనలు.. కొన్నిచోట్ల, కొన్నిసార్లు అవి శృతిమించి గొడవలుగా మారడం,

మరికొన్నిసార్లు ఆత్మహత్యలుగా తేలడం. ఇవన్నీ వారి స్నేహానికేమీ అడ్డం పడలేదు. అప్పుడప్పుడు ఎవరో ఒకరు హద్దు మీరినా, మరొకరు అదుపులో ఉండి సర్దుకు పోతున్నారు. జరుగుతున్న సంఘటనలతో విచారంలో కూరుకుపోతున్న మిత్రుడిని చూస్తే అతడికి ఎక్కువ బాధ కలిగింది.

'లక్షలాదిమందితో వ్యవహారం, కొందరు నేతలకు నవ్వులాటగా ఉందేమిటి?'అని తనలో తనే అనేకసార్లు ప్రశ్నించుకున్నాడు.

"అదేదో ఆటలాగా ఒక్కోసారి ఒక్కోరు పైచేయి సాధిస్తున్నారు. కానీ, లక్షలాది ప్రాణాలు ఎంత విలవిలలాడిపోతున్నాయో వాళ్లు పట్టించుకోవడం లేద"ని మిత్రుడు వాపోయాడు. అప్పుడతనికి తెలీదు అదే నిజమవుతుందని.

రెండ్రోజుల తర్వాత, ఓ రోజు పొద్దున్నే మిత్రుడి నుంచి ఫోన్.

"ఒరేయ్.. అంతా నాశనమైపోయిందిరా" అంటూ బావురుమన్నాడు.

"నా శవాన్ని చూశాకైనా ప్రత్యేక రాష్ట్రం ఇస్తారని ఆశిస్తున్నా"అంటూ చీటీ రాసిపెట్టి మిత్రుడి తమ్ముడు ఊర్లో ఉరిపోసుకున్నాడుట.

వెంటనే వాళ్ల ఊరు వెళ్లి మిత్రుడిని అక్కున చేర్చుకున్నాడు.

ముందు దుఃఖంలో కూరుకుపోయిన మిత్రుడిలో తర్వాత్తర్వాత ఆవేశం కట్టలు తెంచుకుంది.

'తమ్ముడి శవాన్ని తీసుకుని ఢిల్లీ పోతానని, ధర్నా చేస్తానని.. ఏం సమాధానం చెబుతారో నిలదీస్తా'నని ఆగ్రహం వ్యక్తం చేశాడు. అతడిని ఊరడించడం కష్టమయ్యింది. చాలామంది నాయకులు వచ్చి సానుభూతి ప్రకటించారు. తర్వాత కార్యక్రమాలన్నీ యథాప్రకారం ముగించారు.

స్నేహితుడికి తోడుగా ఆ రాత్రికి అతడు అక్కడే ఉండిపోయాడు. కళ్లు మూసినా, తెరిచినా.. స్నేహితుడి కుటుంబమే కళ్లముందు కదలాడుతోంది.

'ఒక మరణం.. ఒక విషాదం కుటుంబాన్ని ఎంత అలజడికి లోను చేసింది. భర్తలేని ఆ తల్లి కళ్లలో దిగులు మేఘాలు కమ్ముకున్నాయి. చెల్లెలి చూపులు విషాదాన్ని చిమ్ముతున్నాయి. మిత్రుడు రేపు ఏమైపోతాడో తెలియనంత ఆందోళనలో ఉన్నాడు. కుటుంబాలను కుదిపేసే ఇలాంటి మరణాలను మనం చాలా సాధారణమైన సింగిల్ కాలమ్ వార్తగా చదివేస్తూంటాం. ఇంత దుఃఖాన్ని ఏ అక్షరాలు మాత్రం ఎత్తిపట్టగలవు' అనుకుంటూ నిట్టూర్చాడతను.

'ఈ దుఃఖం ఇంకా ఎన్ని కుటుంబాలను కాటేయడానికి వేచి ఉందో' అన్న ఊహే అతడిని కలచి వేసింది. పక్కనే పడుకుని శూన్యంలోకి చూస్తున్న స్నేహితుడి భుజంపై భరోసాగా చేయి వేశాడు.

ఆ చీకటిని తొలగించే బంగారు కలలుకంటూ వాళ్లిద్దరూ రెప్పవేయకుండా ఆ రాత్రికి కాపు కాస్తూ ఉండిపోయారు.

*15.09.2020*

*16-31, జనవరి 2022,*
*తంగేడు పక్ష పత్రిక*

# అత్త-కోడలు-అత్త

అది హైదరాబాద్‌లోని ఓ అధునాతన గేటెడ్ కమ్యూనిటీలోని మూడు పడక గదుల ఫ్లాట్.

"నీ పెళ్లానికి నా మాటంటే లెక్కేలేదు. ఓ శుక్రవారం, మంగళవారం లేకుండా, ఎప్పుడు చూడు.. ఆ నైటీ ఒకటి దిగేసుకుని ఉంటుంది. లేదంటే, సగం సగం పేంట్లూ, షర్టులూనూ. కనీసం, పొద్దున దీపం పెట్టేప్పుడైనా-అల్మారా నిండా అన్ని చీరలున్నాయి-ఏం కట్టుకోవచ్చుగా.." అంటున్న అత్తగారి అష్టోత్రం పూర్తి కాకుండానే ఆమె వచ్చిన అలికిడి అయ్యింది.

"తను వచ్చినట్టుంది, ఆపు.. వింటే బాగోదు" అన్నాడతను, లాప్ టాప్‌లోంచి తలెత్తకుండానే.

కానీ, కోడలు విననే వింది.

"అంటే.. నేను వినకపోతే మాత్రం, నీకు బాగానే ఉంటుందా?" అంటూ చేతిలోని స్కూటీ కీని మొగుడి మీదకు విసిరి కొట్టింది.

భార్య ఇగోను సంతృప్తి పరచడానికి, పెద్ద దెబ్బేదో తగిలినట్టు "అబ్బా" అని అరిచాడతను.

"అయ్యో, దెబ్బ తగిలిందేరా?" అంటూ కంగారుపడింది తల్లి.

"ఆ.. తగిలింది. రక్తం కూడా కారుతోంది. వెంటనే ఆస్పత్రికి తీసుకెళ్లండి" అంది కోడలు.

అత్తగారు బిక్కచచ్చిపోయి "అవేం మాటలు.." అని గొణుక్కుంది.

అది మొదలూ కాదు, తుదీ కాదు.

'వీళ్ల మధ్యనుంటే నేనూ, నా ఉద్యోగం మటాష్' అని గ్రహించిన అతడు, ఎప్పటి నుంచో తన ఇంటికే అతిథిలా మారిపోయాడు.

అత్తా కోడళ్ల ఘర్షణల్లో ఒకోసారి ఒక్కొక్కరిది పైచేయి అవుతూ ఉంది. అయితే, అనుకోని విధంగా ఓసారి కోడలిని భారీ విజయం వరించింది.

అప్పడాలు వేయించగా మిగిలిన నూనెలో అడుగున బాగా మడ్డి తేలడంతో, పనిమనిషికి వేద్దామని ఆ వేడి మూకుడిని పట్టకారుతో పట్టుకుని తీసుకెళుతుంటే, కొంచెం నూనె కింద ఒలికింది.

కోడలు, పనిమనిషికి ఏదో ఇచ్చేస్తోందని.. కనిపెట్టడానికి వెనకే వెళ్లిన అత్తగారు నూనెమీద కాలు వేసి జారిపడింది.

"ఆమె అనుమానమే ఆమె రోగం కుదిర్చింది" అనుకుంది కోడలు కసిగా.

అంతలోనే మళ్లీ ఏమనుకుందో "అయ్యయ్యో.. అదేంటండీ అలా పడిపోయారు" అని గబగబా వెళ్లి ఆమెను లేవదీసింది. భర్తకు ఫోన్ చేసి అత్తగారు పడిన విషయం చెప్పింది.

ఆఫీసు నుంచి రాగానే తల్లిని తీసుకెళ్లి ఎక్స్ రే తీయించాడు కొడుకు. ఆమెకి ఎక్కడా, ఏమీ విరగలేదు. కానీ, నేల గట్టిగా ఒత్తుకోవడంతో నడవడం కష్టంగా ఉంది. డాక్టర్ ఏవో మందులు ఇచ్చాడు.

"ఓ వారం వాడి చూడండి. తగ్గకపోతే చూద్దాం" అన్నాడు డాక్టర్.

అత్తగారి పరిస్థితి తేలుకుట్టిన దొంగలా తయారైంది. కోడలికి ముఖం చూపించాలంటే చిన్నతనం అనిపించింది.

రెండు రోజులు ఆగి "ఇప్పుడు కాస్త నయమేలే. ఫర్వాలేదు. బానే వున్నాగా.." అంటూ రెండో కొడుకు దగ్గరకు వెళ్లిపోయింది.

❖ ❖ ❖

అది అగ్రరాజ్యం అమెరికాలోని ఓ మహానగరంలోని అతి పెద్ద ఇండిపెండెంట్ హౌస్. ఒకప్పుడు అత్తగారు పడినందుకు సంతోషించిన కోడలు.. కాలక్రమంలో అత్తగారుగా మారింది. ప్రస్తుతం కొడుకు దగ్గర ఉంటోంది. అత్తగారి పాత్రలోకి పరకాయ ప్రవేశం చేయగానే, కోడలు మీద విసుగు కూడా ఆమెలో ఆటోమేటిగ్గా ప్రవేశించేసింది.

"మన కల్చరూ కాకరకాయీ ఏనాడో గంగలో కలిశాయనుకో. ఓ పూజ, పునస్కారం లేదు, నోములెలాగూ లేవు. పండుగలకు మాత్రం ఎక్కడ లేని అలంకరణలు చేస్తుంది. నాకైతే అది పండుగో, పార్టీయో అర్థం కాదనుకో. ఇక దాని అవతారం గురించి నా నోటితో చెప్పలేను. ఆఫీసుకెళ్లినప్పుడు మాత్రం నీలాగే ప్యాంటూ, షర్టూ వేసుకుంటుందిగానీ, ఇంట్లో ఉన్నప్పుడు మాత్రం ఒంటి నిండా గుడ్డ ఉండక్కర్లేదా? ఆ జానా బెత్తెడు నిక్కర్లు, స్లీవ్ లెస్ టాప్‌లు.. అబ్బబ్బ, అవి

ఉన్నా ఒహటే, లేకపోయినా ఒహటే. నేనే చూడలేక సిగ్గుతూ చస్తూ ఉంటా" అని కూతురు చేసే వాట్సప్ వీడియో కాల్స్ లో ఆమె వాపోతూంటుంది.

కొడుకుతో మాత్రం ఏమీ అనదు.

'వాడు మాత్రం ఏం చేస్తాడూ.. దాని బుద్ధి సరిగా లేనప్పుడు' అనుకుంటుంది, మనసులో.

ఓసారి మనవడు బుడిబుడి అడుగులు వేసుకుంటూ వెళుతుంటే, పడతాడేమోనని ఈమె గబగబా వెనుకే వెళ్లింది. ఆ హడావిడిలో కాలికి ఏదో గుచ్చుకుంది. చూస్తే అది కోడలి కారు తాళం. తనకు గుచ్చుకోవాలనే కోడలు దాన్ని అలా దారిలో పడేసిందని ఆమెకు అనుమానం కలిగింది. అనుకోకుండా జరిగిన ఆ సంఘటనలతో ఆమెలోని గతం మేల్కొంది. తాను నూనె పొరబాటున పడేస్తేనే అత్తగారు పడింది. కానీ, ఈ కోడలు తనపై నిజంగానే ఏవేవో ఉచ్చులు పన్నుతోందని ఆమె భ్రమపడింది.

వెంటనే 'ఎట్టి పరిస్థితుల్లో దాని ఉచ్చులో పడకూడద'ని గట్టిగా నిర్ణయించుకుంది. దాంతో ప్రతిదానికీ ఆచితూచి అడుగేయడం ప్రారంభించింది. ఒకటికి పదిసార్లు చూసుకునిగానీ కదలదు. క్రమేణా ఆమె నడక పిల్లి నడకలా మారిపోయింది. మరికొంత కాలానికి అంతకంటే అధ్వాన్నంగా తయారైంది నడక. పదడుగులు వేయాల్సి వచ్చినా, అడుగులో అడుగేసుకుంటూ లేటు వయసులో పెళ్లి నడకలు నడుస్తోంది.

అప్పుడప్పుడు ఆమెను గమనించిన కొడుకు-

""ఏమ్మా, ఏమైనా మోకాళ్లు నొప్పెడుతున్నాయా?" అని అడిగాడు.

"అదేం లేదురా, కాలు జారి పడతానేమోనని.." అంటూ నోరు జారింది.

వాల్ టు వాల్ కార్పెట్ ఉండగా కాలు జారడమేంటని కొడుకు అనుకున్నాడు. కానీ బైటకి అనలేదు.

ఆవిడ అత్తగారు జారిపడి, చిన్నకొడుకు ఇంటికి చేరినా.. నాలుగు రోజుల్లోనే కాలుని స్వాధీనంలోకి తెచ్చుకుని తిరిగి దర్జాగా నడిచింది.

'ఏమైనా, అప్పటి వాళ్ల తిళ్లు, ఓపికలు వేరు. మనకెక్కడ్నించి వస్తాయ్' అని అనుకుంటూ ఉంటుంది ఈవిడ. అంతేకానీ, తన నడత వల్లే నడకమారిందని గుర్తించదు. అత్తగారు భౌతికంగా ఓసారి పడితే, తాను మానసికంగా అనుక్షణం పడుతూనే వున్నానని గ్రహించదు. అతి జాగ్రత్తకు, బద్ధకం తోడవడంతో కూర్చున్న చోటు నుంచి లేవడం మానేసింది. టీవీల్లో, యూట్యూబుల్లో ప్రవచనాలు వింటూ కదలదు. అయినా, కోడలు ఏమీ విసుక్కోకపోవడం ఆమెను మరింత ఇబ్బంది పెడుతోంది.

తల్లి వద్దంటున్నా, కొడుకు బలవంతంగా డాక్టర్ దగ్గరకు తీసుకెళ్లాడు.

"ఆవిడకు ఏ సమస్యా లేదు. కాళ్లు బాగానే వున్నాయి. ఆవిడ మానసికంగా దేనికో భయపడుతున్నారు" అని డాక్టర్ గుట్టు విప్పాడు.

దానికి తోడు ఇలాగే కదలకుండా కూర్చుంటే "కాళ్లు రెండూ చచ్చుబడి పోతాయని, భవిష్యత్‌లో నడక కష్టమవుతుంద"ని డాక్టర్ హెచ్చరించాడు.

దాంతో ఆమె భయపడింది. అంతేకాదు, తాను కదిలి, చేయకపోతే ఆగిపోయే పనులేమీ అక్కడ లేవు. దాంతో నాలుగడుగులు వేయకపోతే నష్టం తనకేగానీ, వాళ్లకి కాదని కూడా ఆమె నెమ్మది మీద గ్రహించింది.

'అయినా, కోడలు బాగానే చూసుకుంటున్నట్టు లెక్క. నా అంత విసుగు లేదు. అప్పట్లో తాను సంపాదించిన దానికి నాలిగింతలు ఎక్కువ సంపాదిస్తున్నా, పొగరు లేద'ని తన మనసుకు సద్దిచెప్పుకుంది.

నెమ్మదిగా ఆమె మనసులోకి ప్రశాంతత ప్రవేశించింది. తలెత్తి లెంపలేసుకుని తన అత్తగారికి క్షమాపణ చెప్పుకుందామె.

అత్తా ఒకప్పటి కోడలే అనేది పాత మాట. కోడలు కూడా ఒకప్పటికి అత్తే అన్నది నేటి మాట.

*30.09.2020*

*23.03.2022,*
*తెలుగు సొగసు.కామ్*

# స్ఫూర్తి

ఆవిడ వచ్చిన దగ్గర్నించి ఆ అపార్ట్‌మెంట్‌లో సందడి నెలకొంది. సాయంత్రం స్కూలు నుంచి వచ్చిన పిల్లలందరూ ఆమె చుట్టూ మూగుతారు. పొద్దున వంట పని ముగించుకున్న హౌస్ వైఫలందరూ మధ్యాహ్నం ఆమెతోనే గడుపుతారు. చల్లబడ్డాక వాకింగ్‌కు వెళితే, అక్కడ కూడా ఆమె కోసం ఎదురు చూసే మిత్ర బృందం ఉంటుంది.

ఒక రోజు పిల్లలు వచ్చే సమయానికి ఆమెకు పని తెమల్లేదు. పిల్లలంతా వంటింట్లోకి వచ్చేశారు. అప్పుడు ఆమె ఒక ప్లేట్ బోర్లించి దానికి కాస్త నూనె రాసి, ఏదో పిండిని చేతి వేళ్లతో ఒత్తుతోంది. ఆమె అలా అటూఇటూ ఒత్తుతుంటే ఆ పిండి సన్నగా తోకలా పెరగడం చూసి పిల్లల్లో ఎంత ఆశ్చర్యమో.

"మామా నువ్విట్లా చేత్తో అంటుంటే.. జై హనుమాన్‌లో హనుమాన్ తోకలా అది కూడా పెరుగుతోంది, భలే.. భలే.." అంటూ ఆశ్చర్యంతో చప్పట్లు కొట్టారు కొందరు పిల్లలు.

"నో దట్స్ నాటే టెయిల్. ఇట్ లుక్స్ లైక్ ఏ చాక్ పీస్" అంది ఓ పిల్ల మిగిలిన పిల్లల వైపు చూస్తూ.

వాళ్లందరూ అలా గజిబిజిగా మాట్లాడుతూ అల్లరి చేస్తుండగానే ఆమె సన్నగా ఒత్తిన పిండిని ఒక కొస పట్టుకుని మరో కొస దగ్గరకు తెచ్చి నొక్కింది. ఆ సర్కిల్‌ను చూసి పిల్లలంతా ఆశ్చర్యంతో నోరెళ్లబెట్టారు.

అంతలోనే తేరుకుని "హే.. రింగ్.. రింగ్.."అని అరిచారు.

వాళ్ల అరుపుల మధ్యలోనే ఆమె అలాంటి రింగులన్నిటినీ తీసి అప్పటికే స్టౌ మీద మరుగుతున్న నూనెలో వేసింది. అవి 'చుయ్..చుయ్'మని చప్పుడు చేస్తూ

నూనెలో మునుగుతుంటే పిల్లలంతా కాస్త వెనక్కి జరిగి, ముని వేళ్ల మీద పైకి లేచి మూకుడులోకి తొంగిచూడసాగారు. అవి కాస్త ఎర్రగా వేగగానే బయటకు తీసి ఓ గిన్నెపై పెట్టిన మరో జాలీగిన్నెలో వేసింది.

పిల్లలంతా "మామ్, ఇప్పుడు వాటినేం చేస్తావ్?" అని అడిగారు.

"వాటినా.." అని ఒకట్రెండు తీసుకుని రెండు చేతుల్తో అటూఇటూ మారుస్తూ, ఊదుతూ చల్లార్చి- సున్నితంగా విరిచి "వీటిని, ఇలా.. తింటారు" అని నోట్లో వేసుకుంది.

"ఓ తింటారా", "వావ్" అంటూ పిల్లలు ఆశగా ఆమెవైపు చూస్తూ చేతులు చాపారు. ఆమె నవ్వుతూ చల్లార్చి పిల్లలందరికీ ఒక్కొక్కటి ఇచ్చింది. అందరూ కరకరలాడిస్తూ తినడం మొదలుపెట్టారు.

వారిలో ఓ పాప అంది "నేను ఇలాంటివి తిన్నా. బట్ అవి ఇంకా చిన్నగా ఉన్నాయి, ఇంకా ఎల్లో కలర్ కూడా ఉన్నాయి" అంది.

మరో పిల్లాడు అడిగాడు "మామ్, మనం వీటినేమని పిలవాలి" అని.

అందరూ ముఖాలు చూసుకున్నారు.

వాళ్ల ముఖాల్లోకి ఆసక్తిగా చూస్తూ చివరికి ఆమె "దీన్ని.. చేగోడీ" అంటారు అంది.

ఆ పదాన్ని వాళ్లు చిత్రవిచిత్రంగా పలుకుతూ తెగ నవ్వారు. వాళ్లందరికీ మరో రెండేసి చేతుల్లో పెట్టి హాల్లోకి తీసుకొచ్చింది. చుట్టూ కూర్చునీ, నుంచునీ, సోఫాలపై వాలిన పిల్లలంతా కథ చెప్పమని అడిగారు. కానీ, అప్పటికే ఆలస్యం అయింది.

"ఇవాళ మీ అందరికీ తాయిలం ఇచ్చా కదా. కథ రేపు చెబుతా" అంది.

"తాయిలం కాదు, ఇందాక చేడీ అన్నావ్" అన్నాడో పిల్లాడు.

"చేడీ, బోడీ కాదర్రా.. చేగోడీ" అంటూ చిన్నగా ఆ పిల్లాడి తలపై తట్టింది.

"నేను వాకింగ్‌కు వెళ్లాలి. నా ఫ్రెండ్స్ అంతా ఎదురుచూస్తూ ఉంటారు కదా" అంది.

ఆమె కిందకు వెళ్లేసరికి మిత్ర బృందం సిద్ధంగా ఉంది. చాలామంది చుడీదారుల్లో ఉన్నారు. ఒకావిడ మాత్రం చీరలోనే ఉంది. మరొకావిడ ఎప్పటిలాగే ట్రాక్ ప్యాంట్, టీ షర్ట్ వేసుకుని, చున్నీ ఒకటి మెడలో వేసుకుంది. అందరూ షూలు వేసుకుని ఉన్నారు. మాటలు నడక ఒకేసారి మొదలయ్యాయి.

ఓ దగ్గర ఇద్దరు పిల్లలు బెంచీకి చెరో చివరా కూర్చుని ఓ చెగోడీని చక్రంలా దొర్లించుకుంటూ ఆడుకుంటున్నారు. ఆ ఇద్దరు పిల్లల్లో ఒకరి తల్లి వారిని చూసి

"వాటీజ్ దిస్"అని, మళ్లీ వెంటనే ఏదో గుర్తు వచ్చినట్టు ముఖం పెట్టి "ఎక్కడిది?"అని పిల్లల్ని అడిగింది.

అప్పుడే అటు వస్తున్న మామ్మగారిని చూపించారు పిల్లలు.

ఆ పిల్లాడి తల్లి ఆమెను చూసి నవ్వుతూ "మీకెంత ఓపికండీ. ఎప్పుడో చిన్నప్పుడు మా నానమ్మో, అమ్మమ్మో చేసిన గుర్తు-ఈ చెగోడీలు. చాలా పెద్ద పని పెట్టుకున్నారే" అంది.

"అనుకోవడంలో ఉంటుంది, చిన్నా పెద్దా పని. పిల్లల కోసమే.. సరదాగా కాసిని చేశా" అంది.

ఆవిడ కూడా నవ్వేసి, మరొకావిడను చూస్తూ "ఆంటీ, మీరు రోజు రోజుకూ స్మార్ట్ అయిపోతున్నారు" అంది.

ఆవిడ "ఆ ముక్క కాస్త మీ బాబాయ్‌గారికి చెప్పమ్మా. చింత చచ్చినా.. ఏదో అన్నట్టు, ఇంత వయసొచ్చినా ఇంకా పొరిగింటి పులగూరే రుచి అంటారాయన" అందావిడ.

అందరూ చిన్నగా నవ్వారు. ఇంతలో ఒకావిడ కాస్త గొంత తగ్గించి "అదిగో వాడే" అంది. అక్కడ ఒక పెద్దాయన చేతిలో ఏదో స్టిక్ పట్టుకుని వార్మింగ్ అప్ ఎక్సర్ సైజులు చేస్తూ వీళ్లనే చూస్తున్నాడు.

"చూశారా, ఇంతమంది ఉన్నా, తినేశాలా ఎలా చూస్తున్నాడో?" అంది ఆవిడ.

"మీ దగ్గరున్నవి తినేస్తే, నేను మరికాసిని చేగోడీలు చేసిస్తాలెండి" అన్నారు మామ్మగారు చిన్నగా నవ్వుతూ.

"చేగోడీలు తింటే నాకేం.. నన్నూ" అందావిడ

"పోనీలెండి, చూడ్డమే కదా.." అని ఒకావిడ అంటే,

"సర్లెండి, ఈ వయసులో అంతకంటే ఏం చేస్తాడు" అంది మరొకావిడ.

అందరూ ఘోల్లుమంటూ పెద్దగా నవ్వారు. అలా ఆడవాళ్లంతా తనను చూసి ఒకేసారి నవ్వేసరికి ఆ ముసలాయన ముఖం చిన్న బుచ్చుకుని, కంగారుగా అక్కడ్నించి వెళ్లిపోయాడు.

వాకింగ్ పూర్తి చేసుకుని ఫ్లాట్‌లో కొచ్చి, రాత్రి చపాతీలకు పిండి తడిపి పెట్టింది. ఇంతలో ఊసూరుమంటూ వచ్చిన కోడలు లాప్‌టాప్ సోఫాలో పడేసి, షూ తీసి ర్యాక్ దగ్గరకు విసిరేసి.. ఆకలిగా కిచెన్‌లోకి వచ్చింది. తినడానికి ఏమైనా దొరుకుతాయని చూస్తుంటే.. అత్తగారు నాలుగు చేగోడీలు తీసి చేతిలో పెట్టింది.

ఆమె ఆశ్చర్యంగా చూస్తూ "వాటీజ్ దిస్" అని, ఒకటి నోట్లో వేసుకుంది.

దాన్ని కొరుకుతూ "ఆఅ.. ఎక్కడో చూశాను. చాలా రోజులైంది. మీరు చేసినవి రెడ్‌గా, బ్రౌనీగా ఉన్నాయి. కానీ, ఇలాంటివే చిన్నచిన్నవి స్వీట్ షాపుల్లో అమ్ముతారు. అవి ఎల్లోగా ఉంటాయి" అంటూనే వాటి పేరు గుర్తు తెచ్చుకోవడానికి ప్రయత్నించింది.

అత్తగారు ఏమీ మాట్లాడలేదు.

మళ్లీ కోడలే "పేరు నోట్లో ఆడుతోంది. కానీ, బయటికి రావడం లేదు. చాలా బావున్నాయ్ ఆంటీ" అని ఓ చేయి ఆమె చుట్టూ వేసి చిన్న హగ్ ఇచ్చింది.

ఇంతలో వచ్చిన ఎదురు ఫ్లాట్ ఆవిడ వీరిని చూసి "అబ్బో మీ ఇద్దరినీ చూస్తే తల్లీ కూతుళ్లనుకుంటారు తప్పితే, అత్తా కోడళ్లని ఎవరూ అనుకోరు" అంది.

అత్తా, కోడళ్లిద్దరూ నవ్వేశారు.

"మా అత్తగారు చేసినవి బాగుంటేనూ.." అంటూ మొహమాటంగా నవ్వింది కోడలు.

వచ్చినావిడ "ఏమైనా మీ అత్తగారు అసాధ్యురాల్లే తల్లీ. అందరినీ చేగోడీలతో వల్లో వేసేసుకుంటున్నారు" అంది.

వెంటనే కోడలు ముఖం వెలిగిపోయింది. "యా.. ఇప్పుడు గుర్తుకొచ్చింది. అవును వీటిని చేగోడీలు అంటారు కదూ" అని నవ్వి, ఫోన్‌తో వాటిని ఫొటో తీయడంతోపాటు, నోట్లో పెట్టుకుని కొరుకుతూ సెల్ఫీ కూడా దిగింది.

కాసేపు కబుర్లు చెప్పి, రెండు చేగోడీలు తిని, మరో రెండు ఇంటికి తీసుకుని వెళ్లింది ఎదురింటావిడ.

రాత్రి పొద్దుపోయాక కొడుకు వచ్చాడు. హాల్లోనే ఉన్న కోడలు

"ఇంత లేటుగానా..? మీకోసం మీ అమ్మగారు ఏం స్పెషల్ చేశారో తెలుసా?" అంది నవ్వుతూ.

అతడు, అంత ఉత్సాహం ఏమీ చూపించకుండా "తెలుసు" అన్నాడు ముక్తసరిగా.

లోపలికి వెళ్లి ఫ్రెష్ అయ్యి వచ్చాక, ప్లేట్‌లో పెట్టిన చేగోడీలు అందిస్తూ

"మీ అమ్మగారు ఇవి చేసినట్టు మీకు ముందే ఎలా తెలుసు?"అని అడిగింది భార్య.

"లిఫ్ట్ లో సెకండ్ ఫ్లోర్‌లో ఉండే ఆయన కలిశాడు. 'మీ అమ్మగారు అవేమిటో చేశారుట, తను కూడా చేస్తాను సరుకులు తెండి' అంటూ వాళ్లావిడ లిస్ట్ వాట్సప్ చేసిందట" అంటూ వివరించాడు.

పెద్దావిడ చిన్నగా నవ్వుకుంది.

మళ్లీ కొడుకే "అదికాదమ్మా, నీ ఆరోగ్యమే అంతంత మాత్రం. మళ్లీ ఇవన్నీ నెత్తికెత్తుకోవడం ఎందుకు? నాకు చెప్పినా, నీ కోడలకు చెప్పినా ఏ స్వగృహ నుంచో తెస్తాం గదా?" అన్నాడు.

"అవి మీ అమ్మగారు చేసినంత టేస్టీగా ఉండవబ్బా" అంది కోడలు.

అతను భార్యను ఏదో అనబోతుంటే..

"ఊరుకోరా, ఇందులో కష్టమేముంది? అయినా, ఊరికే తిని కూర్చుంటే కాటికిపోడానికి రోగాలే రావక్కర్లేదు. ఏదో కాలక్షేపం కోసం.. అంతే" అంది.

ఇక కొడుకు ఏమీ మాట్లాడలేదు. అప్పట్నుంచి ఆమె అడగనివారిది పాపం అన్నట్టు, అందరిళ్లకీ వెళ్లి చేగోడీలతోపాటు రకరకాల పిండి వంటలు చేయడం, నేర్పించడం మొదలు పెట్టింది. నాలుగు నెలలు గడిచేసరికి 'చేగోడీల మామ్మగారు' అంటూ ఆమె పేరు ఆ కాలనీ అంతా మార్మోగిపోయింది.

ఎంతలా అంటే, ఓ రోజు ఒకడొచ్చి తనను తాను ఓ ఫుడ్స్ షాప్ రిప్రజెంటేటివ్‌గా పరిచయం చేసుకున్నాడు. ఇప్పటికే వున్న స్వగృహ ఫుడ్స్ తరహాలోనే తాము కొత్తగా బిజినెస్ ప్రారంభిస్తున్నామని చెప్పాడు. అపార్ట్‌మెంట్‌లోని స్నేహితుల ద్వారా ఆమె గురించి తెలిసిందన్నాడు. ఆవిడ తయారు చేసే చేగోడీలు, జంతికలు, సున్నుండలు తాము కొనుగోలు చేస్తామని చెప్పాడు.

"మీకు చాకిరీ అనిపిస్తే ఎంతమంది పని వాళ్లనైనా పెట్టుకోండి"అని బలవంతం చేశాడు.

'ఇవన్నీ ఎందుకులే' అని మొదట అనుకున్నా, 'చూద్దాం ఎన్నాళ్లు చేయగలిగితే అన్నాళ్లు. పోయేదేముంది' అని ఆమె అంగీకారం తెలిపింది.

'సరుకుల కోసం ఉంచండి' అంటూ వాడు కొంత సొమ్ము అడ్వాన్స్‌గా కూడా ఇచ్చాడు.

కాలనీలోని వారందరికీ నెమ్మదిగా విషయం చేరింది. అవకాశం వున్న వారందరూ తలో చేయీ వేయడానికి ముందుకు వచ్చారు. ఈ వయసులో కూడా పదో, పరకో సంపాదించే అవకాశం చిక్కిందంటే వారందరికీ ఇంకా నమ్మశక్యం కావడం లేదు.

ముసలితనం అనగానే నిరాసక్తంగా ఓ మూల పడి వుండాలనే అభిప్రాయానికి ఆమె ముందు నుంచీ వ్యతిరేకం. అందుకే ఎప్పుడూ ఏదో ఒక పని కల్పించుకుని చేస్తూ ఉంటుంది. తాను ఏదో కాలక్షేపంగా మొదలు పెట్టిన పని, కాసులు కూడా కురిపించడంతోపాటు మరో నలుగురికి నాలుగు రూపాయలు ఇవ్వగలుగుతున్నందుకు ఆమె సంతోషంతో ఉప్పొంగిపోతూ ఉంటుంది.

'చేయీ కాలూ ఆడినన్నాళ్లూ చేతనైన పని చేసుకుంటూ పోవడమే ముసలితనానికి విరుగుడు' అని చాటుతున్న ఆమె జీవితం, పనితీరు.. వృద్ధులు అందరికీ స్ఫూర్తి అనడంలో అతిశయోక్తి ఏముందని ఆ కాలనీలో పలువురు ప్రముఖులతోపాటు, సామాన్యులూ వ్యాఖ్యానిస్తూ వుంటారు.

నిజమే కదూ?

08.10.2020

నవ తెలుగు తేజం

# నెంబర్ లాక్

ఆ దంపతులిద్దరూ ఉద్యోగ విరమణ చేసి, హాయిగా విశ్రాంత జీవితం గడుపుతున్నారు. ఓ కూతురూ, కొడుకూ ఉన్నారు. అందరి పిల్లల్లాగే వీళ్ల పిల్లలూ విదేశాల్లో ఉద్యోగాలు చేస్తున్నారు. వాళ్లకింకా పెళ్లిళ్లు కావాల్సి వుంది. కాబట్టి అల్లుడి అలకలు, కోడలి కోరచూపులు ఇంకా వాళ్ల జీవితంలోకి ప్రవేశించలేదు.

వాళ్లు హాయిగా, ప్రశాంతంగా ఉండటానికి ఇదొక కారణమైతే, రెండో కారణం జీవితంలోని ఖాళీ సమయాలను పుస్తకాలతో పూరించుకుంటూ, మంచి సినిమాలు చూస్తూ గడపడం. మొదట్లో తాను చదివిన పుస్తకాలు, చూసిన సినిమాల గురించి భార్యాభర్తలే మాట్లాడుకునేవారు. తర్వాత అవి బంధువుల వరకూ వెళ్లాయి. అలా, కొంతకాలానికి మాటల్లోని అభిప్రాయాలను ఆయన రాతల్లో పెట్టడం మొదలు పెట్టాడు. సహజంగానే అవి సోషల్ మీడియా గడపలు తొక్కాయి. అడపాదడపా సొంత కవిత్వాలు కూడా గిలకడం మొదలైంది. ఆయన పేరు కాస్త నలుగురికీ తెలిసేసరికి రాసినవాటినన్నిటినీ పుస్తకాలుగా వేయమంటూ అభిమానపూర్వకమైన వత్తిడి మొదలైంది. ఆయన వెనుకాడుతుండటంతో, ఓ సినిమా గ్రూపువారు ముందుకొచ్చి సినిమాల మీద ఆయన రాసిన సమీక్షలను ప్రచురించారు. దాని గురించి నలుగురు మాట్లాడటంతో, ధైర్యం వచ్చి కవితా సంకలనం అచ్చేశాడు. ఓ అరడజను శాలువాలు, నాలుగు దండలతో ఆర్భాటంగా ఆవిష్కరణ కార్యక్రమం కూడా పూర్తి చేశాడు. ఈ క్రమంలో కొత్త పరిచయాలు, స్నేహాలు మొదలయ్యాయి. అలా సామాజిక మాధ్యమాల్లో, సాహిత్య బృందాల్లో ఆయనకు ఫాలోయింగ్ పెరిగింది.

భర్తకు ఫాలోయింగ్ పెరుగుతున్నట్టే ఆయన భార్యలో భయమూ పెరిగింది. చింత చచ్చినా పులుపు చావనట్టు.. వయసు పైబడినా, ఆ యావ చావని భర్త

విషయంలో ఆమెకెప్పుడూ ఆందోళనగానే ఉంటుంది. ఆవిడ అనుమానాలకు ఆజ్యం పోస్తున్నట్టు, ఆయన కూడా ఆడ స్నేహితులతో ఫేస్ బుక్కులోనూ, వాట్సప్‌లోనూ గంటలు గంటలు చాటింగ్ చేస్తూ కాలక్షేపం చేస్తాడు.

మొదట్లో 'ఏదైనా ఉద్యోగం చూసుకుంటా'నన్నాడాయన. కానీ, ఇద్దరికీ కలిపి పెన్షన్ బానే వస్తుంది. పిల్లలు కూడా సంపాదనాపరులయ్యారు. ఇన్నాళ్లూ అంటే తనకూ ఓ ఉద్యోగం ఉండేది కాబట్టి, పొద్దున్నే ఇద్దరూ తలోదారినా పోయి.. సాయంత్రానికి గూటికి చేరుకునేవారు. ఇప్పుడాయన ఉద్యోగం అంటూ వెళ్లిపోతే, తనొక్కత్తీ ఇంట్లో ఉండలేదు.

అందుకని 'వద్దులెండి. మనకేం అవసరం..' అనేసింది.

'తన భర్త మంచివాడేగానీ.. ఎంతైనా మగాడు కదా' అన్నది ఆమెకు జీవితం నేర్పిన పాఠం. ఆయన స్నానానికి వెళ్లినప్పుడో, ఫోన్ మర్చిపోయి బయటకు వెళ్లినప్పుడో, బంధువులు ఆయనకు చేసి, తనతో మాట్లాడినప్పుడో.. ఆయన ఫోన్‌ను పరిశీలించిందామె. దాంతో ఆయనగారి రాసలీలలన్నీ బయట పడ్డాయి. ఇద్దరు ముగ్గురు స్త్రీలతో ఆయన మరీ చనువుగా ఉంటున్నట్టు ఆమె నెమ్మదిగా పసిగట్టింది.

దాంతో "ఫేస్‌బుక్‌లో.. వాళ్లతో, వీళ్లతో మాట్లాడేటప్పుడు కాస్త మీ వయసెంతో దఅష్టిలో పెట్టుకోండి" అని సున్నితంగా ఒకట్రెండుసార్లు చెప్పిచూసింది.

కానీ.. "అబ్బే అదేం లేదోయ్.." అనేసి, యథాప్రకారం తన పని తాను కానిస్తున్నాడతను. రానురాను అది మరింత పెరిగింది. మొదట్లో కాసేపైనా విరామం ఇచ్చేవాడు, ఇప్పుడు ఏదైనా తింటున్నా ఎడం చేత్తో ఫేస్‌బుక్ తిప్పుతూనే ఉంటాడు. ఒకప్పుడు ఏ పదికో, పదకొండుకో అయినా పడుకునేవాడు. ఇప్పుడు అర్ధరాత్రి దాటినా, ఎడాపెడా చాటింగ్‌లు ఎక్కువైపోయాయి.

అవి ముదిరి ఫోన్లు చేసుకునే వరకూ వ్యవహారాలు వచ్చాయి.

'ఇంత వయసు వచ్చాక, ఈయనగారు చేసే పనులకు కుటుంబ పరవు మర్యాదలు ఎక్కడ మంట గలుస్తాయో' నని ఆమెలో ఆందోళన రానురానూ పెరగసాగింది.

'ఇంకా పిల్లల పెళ్లిళ్లు కావాల్సి ఉంది. అందులోనూ ఆడపిల్ల కూడా ఉందాయె..' అన్నది ఆమె ఆదుర్దాకు అసలు కారణం.

...

ఓ రోజు పొద్దునపూట..

"వంటకి ఏం లేవు. వెళ్లి ఏవైనా కూరలు పట్టుకు రాకూడదూ" అంటూ అతడిని బయటికి తరిమిందామె.

గుడ్ మార్నింగ్ మెసేజ్‌లు, పుట్టిన రోజు, పెళ్లి రోజు శుభాకాంక్షల్లాంటివన్నీ చెబుతూ బిజీగా ఉన్న అతను, లేచి ఫోన్ చార్జింగ్‌కు పెట్టి చొక్కా తగిలించుకుని మార్కెట్‌కు వెళ్లాడు.

వెంటనే ఆయన ఫోన్ తీసుకుని వాట్సప్ పరిశీలించింది. కాల్స్ చూస్తే.. ముగ్గురు మహిళామణులు కనిపించారు. వారిలో ఇద్దరు నిన్న రాత్రి సుమారుగా చెరో గంటా మాట్లాడారు. మరొకరు అంతకు ముందు రోజు రాత్రి మాట్లాడారు.

వాళ్ల పేర్లు, ఫొటోలు జాగ్రత్తగా చూసి ఫేస్‌బుక్‌లో వాళ్ల కోసం వెతికింది. ఇద్దరు దొరికారు. మూడో ఆవిడ పేరుతో చాలామంది ఉన్నారు. ఫేస్‌బుక్‌లో దొరికిన ఇద్దరి ప్రొఫైళ్లు ఓపెన్ చేసి చూసింది. వారిదీ ఇంచుమించు తమ వయసే. మొదటి సంతానం కూతురు కావడం వల్లనుకుంట, ఒకావిడకు మనవలు కూడా ఉన్నారు. వాళ్లను చూసుకోవడానికి ఆమె అమెరికా వెళ్లింది. అందుకే ఆ అర్ధరాత్రి ఫోన్లు. మరో ఆవిడ పిల్లలకు పెళ్లిళ్లు అయ్యాయి. ఇంకా మనవలు ఉన్నట్టు లేరు. ఇద్దరూ సంసార పక్షంగానే ఉన్నారనిపించింది-వాళ్ల ఫొటోలు, పోస్టులు చూస్తే. ఇక మూడో ఆవిడ సంగతి తేలాలి అనుకుంది. ఇంతలో భర్త వస్తున్న అలికిడి కావడంతో, ఫోన్ చార్జింగ్ పెట్టి వంటింట్లోకి వెళ్లిపోయింది.

కూరలు అక్కడ పెట్టేసి, ఫోన్ తీసుకుని వెళ్లి సోఫాలో కూర్చున్నాడాయన.

ఫోన్ ఓపెన్ చేసి, ఆశ్చర్యంగా చూస్తూ "అదేంటి, అసలు చార్జింగే కాలేదు" అన్నాడు.

"అవుతుందిలెండి, మీరిలా వెళ్లి, అలా వచ్చేసరికి అయిపోవాలంటే ఎలా? మీకున్నంత చురుకు మీ ఫోన్‌కు ఉండొద్దూ" అంది నవ్వుతూ.

ఆ పొగడ్తతో పొంగిపోయిన ఆయన ఫోన్‌ను మళ్లీ చార్జింగ్ పెట్టి, టీవీ ఆన్ చేసుకున్నాడు. భార్య తన ఫోన్ చూస్తుందన్న అనుమానం అతడికి ఏ కోశానా లేదు.

'ఫోన్ ఓపెన్ చేయాలంటే పాస్‌వర్డ్ తెలియాలి' కదా అన్నది అతని ధీమా.

ఆ రోజు రాత్రి కూడా ఎప్పటిలానే ఆమె తొందరగా పడుకుంది. కానీ, మధ్యలో ఎందుకో మెలుకువయ్యింది. ఆయన కోసం చూస్తే.. హాల్లో అటూఇటూ నడుస్తూ ఫోన్ మాట్లాడుతున్నాడు. ఆమె లేవడం గమనించి హడావిడిగా ఫోన్ కట్ చేసి వచ్చాడు.

"ఏంటి మెలకువయ్యిందా? నాకూ నిద్రపట్ట లేదు. అందుకనే.." అంటూ సంజాయిషీ ఇచ్చాడు.

అంత నిద్ర మత్తులో కూడా ఆయన ముఖంలో కంగారును ఆమె కనిపెట్టింది.

'రోజూ ఫోన్లు మాట్లాడేవాడు ఇవాళ కంగారుపడుతున్నాడంటే.. హద్దు మీరుతున్నాడ'ని ఆమె సులువుగానే గ్రహించింది. ఇక ఆయన ప్రవర్తనకు చెక్ పెట్టకతప్పదని కూడా నిర్ణయించుకుంది.

...

మరుసటి రోజు ఉదయం భర్త స్నానానికి వెళ్లినప్పుడు ఫోన్ తీసుకుని వాట్సప్, ఫేస్‌బుక్‌లను జల్లెడ పట్టింది. నిన్న మిస్సయిన మూడో ఆమె ఇవాళ దొరికింది. ఆమె తెలుగావిడే. బెంగుళూరులో ఉంటుంది.

'ఈమెది కూడా ఇంచుమించు తమ వయసే అయినా, చూడటానికి ఫొటోల్లో అందంగానే ఉంది' అనుకుంది, ఆమె ఫొటోలు చూస్తూ.

జుట్టు విరబోసుకుని, పూల మొక్కల దగ్గరా, వేరే ఊర్లలోని పర్యాటక ప్రదేశాల్లో దిగిన ఫొటోలు చాలానే ఉన్నాయి. వాటన్నిటికిందా మిగిలినవారితోబాటు భర్త చేసిన కామెంట్లూ ఉన్నాయి. ఫొటోలు పెట్టినావిడ ఉద్దేశం ఏమిటోగానీ, కామెంట్లలో చాలామంది మగ బుద్ధి తేటతెల్లం అవుతూనే ఉంది.

'ఈ మహాతల్లితో ఈయన ఎంత దూరం వెళ్లాడో' అనుకుంటూ మెసేంజర్ ఓపెన్ చేసింది. ఆ సంభాషణలు చూడగానే 'తాను ఊహించిన దానికంటే ఎక్కువగానే హద్దు మీరాడ'ని అర్థమై ఒక్కసారిగా ఆమెకు కోపం ముంచుకొచ్చింది.

నెత్తీనోరూ కొట్టేసుకుంటూ, ఏడుపులు, పెడబొబ్బలు పెట్టడానికి ఆమేమీ పాతకాలం పెళ్లాం కాదు. చదువుకుని, వివిధ స్థాయిల్లో చక్కగా ఉద్యోగ బాధ్యతలు నిర్వర్తించిన సమర్థురాలు ఆమె. ఉద్యోగస్తురాలిగా ఎన్నో సంక్షోభాలను సునాయాసంగా ఎదుర్కొంది. అందుకే కంగారు పడకుండా 'భర్త వ్యవహారాన్ని జాగ్రత్తగా డీల్ చేయాలి' అని మనసులో గట్టిగా నిర్ణయించుకుంది ఆమె.

స్నానం చేసి వచ్చిన భర్త, ఫోన్ తీసుకుని చూసుకుంటూ కూర్చున్నాడు. ఓరకంట అతడిని గమనిస్తూ టీవీ పెట్టింది. టీవీలో ఏదో క్రైమ్ బులిటెన్ వస్తోంది. అందులో స్త్రీల ముసుగులో పరిచయాలు పెంచుకుని, చనువుగా మసలి, ఫొటోలు తీసుకుని-వాటితో బ్లాక్ మెయిల్ చెయ్యడం గురించిన కథనం అది.

తనకు ఇంత తొందరగా అవకాశం వస్తుందని ఆమె అనుకోలేదు. వెంటనే ఆమె టీవీ సౌండ్ పెంచింది. మరీ ఎక్కువగా సౌండ్ పెట్టడంతో అతడు కూడా అటువైపు దృష్టిసారించాడు.

కాసేపు టీవీ చూసి భార్యతో "ఇప్పుడు ఈ గోల ఎందుకు? మరీ అంత సౌండ్ పెట్టి.." అన్నాడు.

"మీ కోసమే.." అంటూ కొరకొరా ఆయన ముఖంలోకి చూసి,

"తెలుసుకుని జాగ్రత్త పడతారని.." అని మూతి ముప్పయ్ వంకర్లు తిప్పుతూ, ముఖం మాత్రం టీవీ వైపు తిప్పింది.

"జాగ్రత్త పడటానికి నా ఫ్రెండ్స్ ఏమీ అలాంటివాళ్లు కాదు" అన్నాడతను.

"ఓహో.. ఎలాంటివాళ్లో తెలిసేంతవరకూ వచ్చిందన్న మాట వ్యవహారం" అందామె.

ఆమెకు ఎందుకో కోపం వచ్చిందని ఆయనకు అర్థమైంది. బుజ్జగించడం కోసం అన్నట్టు వచ్చి ఆమెను ఆనుకుంటూ పక్కనే కూర్చుని, సెల్ఫీకోసం ఫోన్ ఎక్కుపెట్టాడు.

"మీ రొచ్చులోకి నన్నెందుకు లాగుతారు" అందామె, దూరం జరుగుతూ చిరాకుగా.

"ఏం లేదోయ్, ఏదో కపుల్ ఛాలెంజ్ అట. అందుకని.." అన్నాడాయన బుజ్జగిస్తున్నట్టు.

"ఏ ఛాలెంజ్ అయితే ఏం లెండి, లైఫే ఛాలెంజ్‌గా మారిపోయాక. అయినా, మీ పక్కన నేనేం బాగుంటా.. ఇంకెవరైనా ఉన్నారేమో, వాళ్లతో దిగండి సెల్ఫీ" అంది ఈసారి చేతులు కూడా తిప్పుతూ.

తన వ్యవహారాలు ఆమెకు తెలిసిపోయాయేమోననే అనుమానం ఆయనలో ఒక క్షణం మెదిలింది. అయినా, పైకి ఏమాత్రం తేలకుండా,

"అలాంటిదేం లేదోయ్.నువ్వేదో పొరబడుతున్నావ్" అంటూ డబాయించాడు.

'అయినా, ఫోన్‌కి నెంబర్ లాక్ ఉందిగా, ఓపెన్ చేసే అవకాశమే లేదు' అనుకున్నాడు మనసులో.

"ఏంటి పొరబడుతున్నానా? ఇప్పుడే చూపిస్తా.. ఎవరిది పొరపాటో.." అంటూ గబుక్కున వంగుని, అతని చేతిలోంచి ఫోన్ లాక్కుంది. వెంటనే నెంబర్ ఎంటర్ చేసి, ఫోన్ అన్ లాక్ చేసింది.

ఆమె అంత సులువుగా ఫోన్ ఓపెన్ చేసేసరికి.. అతడు హతాశుడై నోరెళ్లబెట్టేశాడు.

ఆమె వాట్సప్, మెసేంజర్, ఫేస్ బుక్.. ఒక్కొక్కటీ ఓపెన్ చేస్తూ..

"ఏంటివన్నీ? ఎవరు వీళ్లంతా? ఎందుకీ వేషాలు?" అంటూ ఓ అరగంట కడిగిపారేసింది.

ఇందాక తెరిచిన అతడి నోరు ఇంకా మూతపడనే లేదు. భార్య ఉగ్ర స్వరూపానికి బిక్కసచ్చిపోయి, పిచ్చి చూపులు చూస్తూ అలానే బిగుసుకుపోయి కూర్చున్నాడు.

ఆమె అలిసిపోయి తిట్టడం ఆపే వరకూ ఆగి, నెమ్మదిగా గొంతు పెగల్చుకుని..

"నీకు.. నీకు.. నా ఫోన్ పాస్‌వర్డ్ నెంబర్ ఎలా తెలిసింది?" అని అడిగాడు నీరసంగా.

"ఆ.. ఎలాగా? ముప్పయ్యారేళ్లు గడవగానే మర్చిపోతాననుకున్నారా? మీకొక్కళ్లకే చెయ్యరు మహానుభావా-పెళ్లి, పక్కన మరొకత్తి ఉండాలి. ఖర్మ కొద్దీ అది నేనే" అని నుదురు కొట్టుకుంటూ ఆమె లోపలకు వెళ్లిపోయింది.

'ఛా, మ్యారెజ్ డేట్‌ను నెంబర్ లాక్‌గా పెట్టుకొని, ఎంత ఫూలిష్ పని చేశా' అనుకుంటూ అతడు కూడా తలకొట్టుకున్నాడు.

25.10.2020

మార్చి, 2022,
షార్‌వాణి మాసపత్రిక

# రేప్.. యాప్!

"మమ్మీ.. మమ్మీ.. రేప్ అంటే ఏమిటి?" అని అడిగింది ఐదేళ్లయినా నిండని పాప, వాళ్లమ్మ టీషర్టు పట్టుకుని గుంజుతూ.

పాప నోట్లోంచి రేప్ అనే మాట వినగానే షాక్ తిన్న ఆమె వెంటనే టీవీని మ్యూట్‌లో పెట్టింది. పాపను ఒళ్లోకి తీసుని "నో.. అలా మాట్లాడకూడదు" అంది.

డాక్టర్‌పై అత్యాచారం హత్య - పెద్ద శబ్దంతో టీవీలో బ్రేకింగ్ న్యూస్ రకరకాలుగా తిరుగుతోంది. కాసేపట్లో యాంకర్ అందుకుంది. టీవీ చూస్తున్న ఆమె కాస్త సౌండ్ పెంచింది. అదే ఆమె చేసిన తప్పు.

"రేప్ అంటే ఏమిటి? చెప్పు.." అని మళ్లీ మొండి చేసింది పాప.

రిమోట్ తీసుకుని ఆమె టీవీ ఆఫ్ చేసేసింది.

తెచ్చిపెట్టుకున్న కోపంతో "డోన్ట్ టాక్ బ్యాడ్ వర్డ్స్. మొండి చేశావంటే.." అంటూ బెదిరిస్తున్నట్టు చేయి చూపించింది.

కానీ, అవేవీ ఆ పిల్లపై పని చేయలేదు.

"చెప్పు.. చెప్పు. టెల్ మీ నౌ" అంటూ అల్లరి మొదలు పెట్టింది.

'దాని వయసెంత? దానికిప్పుడేం అవగాహన ఉంటుందని చెప్పడానికి. పోనీ, చెప్పినా దానికేం అర్థమవుతుంది?' అని ఆమె ఆలోచిస్తోంది. కానీ, పాప మొండితనం వీడటం లేదు.

పాప గోల తప్పించుకోవడానికి ఇక ఏదో ఒకటి చెప్పక తప్పదని ఆమెకు అర్థమయ్యింది.

"అంటే.. లేడీస్, అంటే ఆంటీస్ ఉంటారు కదా, వాళ్ల మీద బాయ్స్ గానీ, జెంట్స్ గానీ, అంకుల్స్ గానీ అటాక్ చేస్తారన్న మాట.." అంది.

ఆమె మాటలు ఆమెకే చాలా ఎబ్బెట్టుగా అనిపించాయి.

"ఎప్పుడూ గర్ల్స్ పైనే ఎందుకు అటాక్ జరగాలి. గర్ల్స్ కూడా బాయ్స్‌ని రేప్ చేయొచ్చుగా.." అంది పాప.

దాంతో ఆమెకు దిమ్మ తిరిగిపోయింది.

"ఏమోనే నీలాంటి దిక్కుమాలిన ఆలోచనలు, డౌట్లు నాకు రావు. నువ్వు ఎంత పిల్లవి? నువ్వు మాట్లాడే మాటలేంటి. నీకు గారమెక్కువయ్యింది. డాడీతో చెప్పి నాలుగు తగిలిస్తా" అని కలగాపులగంగా గట్టిగా అరిచింది.

వెంటనే పిల్ల అక్కడి నుంచి లేచి తుర్రుమంటూ వాళ్ల డాడీ పడుకున్న బెడ్ రూంలోకి పారిపోయింది.

ఓ క్షణం పిల్ల గురించి ఆలోచించి, మరు క్షణం అక్కడి నుంచి లేచి కాఫీ కప్పు సింక్ దగ్గర పెట్టేసి, టిఫిన్‌కి అన్నీ రెడీ చేసిపెట్టి.. పిల్లను పిలిచింది.

"చూసుకో టీవీ. నీ ఫేవరేట్ షో వస్తుందిగా.." అని రిమోట్ ఇచ్చింది. మమ్మీ తిట్టకుండా అలా రిమోట్ ఇవ్వడంతో దాని ముఖం వెలిగిపోయింది.

పిల్ల టీవీ పెట్టుకోగానే, ఓసారి ముద్దుగా దాని తల నిమిరి స్నానానికి వెళ్లిపోయింది.

స్నానం చేసి జీన్స్, టీ షర్ట్ వేసుకుంది. లైట్‌గా మేకప్ వేసుకుని అద్దంలో చూసుకుని 'సూపర్' అనుకుంది. వెంటనే మొబైల్ తీసుకుని సెల్ఫీ తీసుకుంది. దాన్ని వాట్సప్ స్టేటస్‌గా పెడుతుంటే, యథాలాపంగా కనిపించిన మెసేజ్‌లలో కొలీగ్.. శ్రావణ శుక్రవారం పూజ చేసుకని పట్టుచీరతో, పెద్ద బొట్టు, మెడలో నెక్లెస్‌తో దిగిన ఫొటో కనబడింది. అప్పుడు గుర్తొచ్చింది. ఇవాళ తను వాయినం తీసుకోవాల్సి ఉందన్న సంగతి.

'ఏంటో ఈ మధ్య అన్నీ మర్చిపోతున్నా' అనుకుంటూ ఎడం చేత్తో నుదురు కొట్టుకుంది. వెంటనే ఫోన్ పక్కనపడేసి, వార్డ్ రోబ్ లోంచి పట్టుచీర తీసుకుంది. ఇంతలో ఫోన్ 'రేప్.. రేప్..' అని సౌండ్ చేసింది. ఈ మధ్య మొబైల్ నుంచి అలాంటి సౌండ్ వస్తోంది. టీవీల్లో, పేపర్లలో నిత్యం అవే వార్తలు, ఆ ఘోరాల తీరుతెన్నులు చూస్తుండటం వల్ల తనకు అలా అనిపిస్తోందేమోనని అనుకుంది. మేకప్‌ని సంప్రదాయానికి అనుగుణంగా మార్చుకుని, నెక్లెస్ కూడా పెట్టుకుంది.

హడావిడిగా కిచెన్‌లోకి వెళ్లి రెండు దోశలు పోసుకుని, అక్కడే నిలబడి తింటూ పాప కోసం క్రిస్పీగా ఒకటి, ఆయన కోసం మరో రెండు దోశలు పోసేసి.. మూతలు పెట్టేసి ఇవతలకు వచ్చింది.

హెల్మెట్, స్కార్ఫ్ తీసుకుని వెళ్తూ.. పిల్లకి ముద్దిచ్చి, జాగ్రత్తలు చెప్పి బయటపడింది.

లిఫ్ట్ లో ఎక్కిందో లేదో, రెండు ఫ్లోర్‌లు దిగగానే ఆగింది. అక్కడ లిఫ్ట్ లోకి

వచ్చినామె పలకరింపుగా నవ్వింది. ఇద్దరు ఒకరి నగలను ఒకరు, ఒకరి చీరలనొకరు పరిశీలనగా చూసుకున్నారు, ఏమాత్రం మొహమాటపడకుండా. మనసులోనే వాటి ఖరీదును కూడా అంచనా వేసుకున్నారు. సరిగ్గా అప్పుడే ఫోన్ 'రేప్..రేప్' అని కూసింది. అప్పుడే వెనుకనున్నాయన కంగారు పడటం గమనించింది.

'మహానుభావుడు వెనుక నుంచి స్కానింగ్ మొదలెట్టాడన్నమాట' అనుకుంది. బండి దగ్గరకు వచ్చి స్కార్ఫ్ కట్టుకుంటూ అద్దంలో చూసుకుంది. కుడివైపు బ్రా స్ట్రాప్ కాస్త బయటకు వచ్చింది. 'లిఫ్ట్‌లో ఆమె అలా తినేసేలా చూసిందిగానీ, 'సండే ఈజ్ బిగ్గర్ దేన్ మండే' అని కూడా చెప్పలేదే' అనుకుని-సరిజేసుకుంటూ... మళ్లీ, 'నేను మాత్రం ఎప్పుడైనా ఎవరికైనా చెప్పానా?' అనుకుంది, తనలో తాను.

చీరతో ఎప్పుడోగానీ బండి నడపదు. ఆమెకు సౌకర్యంగా అనిపించదు. పైట ఎగిరిపోకుండా ఎడమ చేతికి చుట్టుకుని, బుట్టబొమ్మలా కూర్చుంటే చూడ్డానికి బావుంటుంది. కానీ, నగరంలోని రోడ్లు అంత సుఖంగా కూర్చోనీయవు కదా. గతుకులు, గుంతలు తప్పించుకుంటూ మెయిన్ రోడ్డు మీదకు రాగానే అప్పటి దాకా పడిన హడావిడి కాస్త తగ్గినట్టు అనిపించింది. ట్రాఫిక్కుకు అనుగుణంగా పోనిస్తోంది బండిని. హెల్మెట్, స్కార్ఫ్‌లతోపాటు పెద్ద అద్దాల నల్ల కళ్లజోడు కూడా ఉండటంతో నిరభ్యంతరంగా అందరివైపూ ఓసారి దృష్టి సారిస్తోంది. తనలాగా మర్యాదగా వెళ్లేవారు కొందరైతే, టైట్ డ్రెస్సులతో తమ శరీరాల కొలతలను ఏమాత్రం దాచే ప్రయత్నం చేయకుండా పోతున్నవారు కొందరు. లక్షణంగా చీరలు కట్టుకున్న వారిలో సైతం కొందరు.. 'వీడు నాకే మొగుడు' అన్న సీరియల్ టైటిల్‌కు తగినట్టు భర్తను గట్టిగా వాటేసుకుని కూర్చుంటున్నారు. ఆమె ఆలోచనలను చెదరగొడుతూ హెల్మెట్ కింద, స్కార్ఫ్ లోపల చెవిలో దూర్చుకున్న ఇయర్ ఫోన్‌లో సెల్ ఫోన్ రెండుసార్లు 'రేప్.. రేప్..' అని అరిచింది. దాంతో స్పృహలోకి వచ్చి మళ్లీ ఆఫీసు వైపు ఆలోచనలతోపాటు, ప్రయాణాన్ని సాగించింది.

ఆమె ఆఫీసు పంజాగుట్ట దాటాక ఉంటుంది. బేగంపేటకు కాస్త ముందు ఎవరో కుర్రాళ్లు పక్క నుంచి వెళ్తూ ఏదో సైగ చేశారు. ముందు ఏదో పోకిరీ చేష్ట అనుకుంది. ఇంకాస్త ముందుకు వెళ్లాక అర్థమయ్యింది. బండి బ్యాక్ టైర్ పంక్చర్ అయ్యిందని. ట్రాఫిక్ కానిస్టేబుల్ చాలా కూల్‌గా దగ్గరకు వచ్చి, వెనుక వచ్చే వాహనాలను ఆపి, ఆమె పక్కకు వెళ్లడానికి సహాయపడ్డాడు.

'మంచి చీర కట్టుకున్నాం కదా, అందుకే పాపం కానిస్టేబుల్ తెగ సహాయపడిపోతున్నాడు' అని చిన్నగా నవ్వుకుంది ఆమె. యథాలాపంగా హ్యాండ్ బ్యాగ్‌లోని సెల్ ఫోన్ చెవిలో 'రేప్.. రేప్..' అని కూసింది. విసుక్కుంటూనే పంక్చర్ వేసేవాడు ఎక్కడున్నాడా అని చూస్తోంది.

కానిస్టేబుల్ సైగ చేసి చెప్పాడనుకుంట, రోడ్డుకు అటు పక్క నుంచి పంక్చర్ వేసేవాడు వచ్చి 'బండీయండి మేడమ్' అంటూ ముందు నిలబడ్డాడు. బండి ఇచ్చింది. వాడు ట్రాఫిక్కుకు అడ్డంపడి దాన్ని లాక్కు పోయాడు. పంక్చర్ వేసేలోగా నెమ్మదిగా రోడ్ క్రాస్ చేసి అక్కడకు వెళ్లింది.

"పెద్ద కిటికీ.. జర చూసి తీస్కో పైసల్.." అన్నాడు, ఆమెనే చూస్తున్న కానిస్టేబుల్.

ఆమెకు వినబడుతుందని అతడికి తెలుసు, అయినా 'ఏం చేస్తుందిలే' అన్న నిర్లక్ష్యం.

ఆమె గబుక్కున ఎడమ వైపు పైటను కొంచెం కిందకు లాగి నడుం దగ్గర దోపుకుంది.

"కిటికీలు చూస్తూ కూర్చుంటే.. బొక్కలు మూయలేం, పంక్చర్లన్నీ ఫెయిలైతయ్" అన్నాడు, పంక్చర్లు వేసేవాడు.

ఇద్దరూ గట్టిగా నవ్వుకున్నారు. సెల్ మామూలుగా కంటే కాస్త గట్టిగా 'రేప్.. రేప్..' అని కూసింది.

ఇంతలో "మేడమ్ రడీ" అన్నాడు, బండి రోడ్డు పక్కగా పెడుతూ పంక్చర్లు వేసేవాడు.

కోపం ఏ మాత్రం బయటకు కనిపించనీయకుండా వాడికి డబ్బులు ఇచ్చేసి, బండి తీసుకుని బయల్దేరింది. వెళ్లే వరకూ ఆమెనే గమనిస్తూ ఉన్నాడు కానిస్టేబుల్.

'ఈసారి కనబడరా.. రోడ్డు మీద. బండితో గుద్ది చంపేస్తా' అని కసిగా మనసులో కానిస్టేబుల్‌ను తిట్టుకుంది ఆమె.

ఆమె పనిచేసేది ఒక టీవీ ఛానెల్‌లో అడ్మిన్ వైపు. కాబట్టి ఆఫీసంతా కాస్త గ్లామరస్‌గా, తాజా వార్తలతో హడావిడిగా ఉంటుంది. అందరిలాగే కంప్యూటర్ ఆన్ చేసి, పక్కకు తిరిగి ముచ్చట్లు మొదలెట్టింది.

ఇంతలో "హే.." అంటూ న్యూస్ చదివే యాంకర్ హడావిడిగా వచ్చింది.. రావడంతోనే ఆమె భుజాల చుట్టూ చేతులు వేసి 'హగ్' చేసుకుని "ఆసమ్.. లుకింగ్ సో బ్యూటీఫుల్" అని ప్రశంసించింది.

"ఈ శారీలో నువ్వెంత అందంగా ఉన్నోవో తెలుసా?" అంటూ కాలిమునివేళ్లపై పైకి లేస్తూ, చేతులు ఊపుతూ సంతోషం వ్యక్తం చేసింది.

ఈమె సమాధానం ఇచ్చేలోగానే "సరే, లంచ్‌లో కలుద్దాం" అంటూ అంతే హడావిడిగా వెళ్లిపోయింది.

కానీ, లంచ్ టైముకి ఆమె రానేలేదు. ఇంతలో వాయనం ఇస్తానన్న ఆమె వచ్చి ఈమెతోపాటు మరో ఇద్దరిని పక్కకు పిలిచి వాయినాలు అందజేసింది. తరువాత

క్యాంటీన్‌కు వెళ్లి స్టీలు బాక్సులు తెరుచుకుని తిండి తినేది తక్కువ, మాటలెక్కువ ప్రారంభించారు. మాటల మధ్యలో యాంకర్ ప్రస్తావన కూడా వచ్చింది.

"హూ.. వాళ్లు కూడా చేసుకుంటారటనా, నోములూ అవీ?" అంది అకౌంట్స్ హెడ్‌గా పనిచేసే ఆమె.

"ఏం? వాళ్లలోనూ మన వాళ్లున్నారు తెలుసా?" అంది ఇంకొకామె.

"ఆఁ.. అందరూ మనవాళ్లే.." అంటూ ఏదో ధ్వనించేట్టు ఇద్దరి వైపూ చూస్తూ ఓరగా నవ్వింది హెచ్‌ఆర్‌లో పనిచేసే ఆమె.

ఆమెతో సన్నిహితంగా ఉండే యాంకర్‌కి ఏవో అఫైర్‌లు ఉన్నాయని రూమర్‌లు ఉన్నాయి.

"అయినా.. అందరి మీద ఉంటాయిలేబ్బా. ఏవో ఒక రూమర్లు" అంది కాస్త సమర్థింపుగా.

"రూమర్లని కాదులే.." అని సాగదీసిందావిడ.

"అంటే, నిజాలేనా?" మరీ నిలదీసినట్టు కాకుండా, అడిగింది.

"అది వదిలేయండి. అసలు వాళ్లకు ఏమైనా ఉంటాయా, సిగ్గులాంటివి. మరీ ఆ మేకప్ అక్కడి దాకా వేయించుకోవాలా?" అని హెచ్‌ఆర్ ఆమె గుండెల దగ్గర తడముకుంది.

ఆమె ఏదో చెప్పబోయింది. ఇంతలోనే..

"అయినా, పండుగ పూట ఆ పాడుగోలంతా మనకెందుకు?" అంటూ లెక్కలు సరిజేసేసింది అకౌంట్స్ ఆమె.

ఈ సంభాషణ సాగుతుండగానే ఆమె సెల్ ఫోన్ 'రేప్.. రేప్..' అని అనేకసార్లు మొత్తుకుంది.

"అన్నట్టు మీ ఆయన వచ్చినట్టున్నాడుగా.. నువ్వు ఫుల్ బిజీ అయితే.." అంది మూతి బిగించి నవ్వుతూ హెచ్‌ఆర్ ఆమె.

"అంత లేదులే. వచ్చిన దగ్గర్నుంచి జెట్‌లాగంటూ ఆయన ఒకటే నిద్దర. ఆయనగారి కూతురు మాత్రం ఆయన పడుకున్నా, మెలకువగా వున్నా డాడీని అంగుళం విడిచిపెట్టకుండా తిరుగుతోంది" అంది.

నలుగురూ పగలబడి నవ్వుకున్నారు.

మూడుగంటల ప్రాంతంలో వచ్చింది యాంకర్ ఆమె దగ్గరకు.

"లంచ్‌కు వస్తానని.." అని ఈమె అంటున్నంతలోనే..

"నిజ్జంగా వద్దామనే. బయల్దేరుతుంటే, బ్రేకింగ్ న్యూస్ వచ్చింది. అయినా, రోజులు బాగా బ్యాడై పోయాయబ్బా.."అంది.

మళ్లీ తనే "పాపం.. చిన్నపిల్ల. దానికేం తెలుస్తుంది. ముసలాడు అత్యాచారం.."

"ఛీ.."

"ఊఁ..ఏమో ఇంకా ఫ్యాక్ట్స్ పూర్తిగా బయటకురాలే. కానీ, వింటుంటేనే ఎంత బాధగా ఉంది కదా. అందుకే లంచ్ చేయాలంటే ఎట్లో అనిపించింది. చూడ్లేదా, పాప.. ఎంత బావుందో. ముద్దుగా, బొద్దుగా.."

ఆమె ఏదో అనబోయింది. కానీ గొంతు పెగల్లేదు.

"మాకు ఇలాంటి బ్రేకింగులే పుడ్డు. ఏం చేస్తాం.." అని నవ్వేసి ఆ యాంకర్ దిగులుగా వెళ్లిపోయింది.

ఆమె మనసెందుకో వికలంగా అయిపోయింది. 'పొద్దున్న డాక్టర్, ఇప్పుడు పసిపిల్ల.. అసలు ఎటుపోతోందీ ప్రపంచం' అనుకుంది.

తన కూతురు గుర్తుకు వచ్చింది. ఆఫీసుకు రాగానే ఇంటికి ఫోన్ చేస్తే, 'డాడీ ఇంకా పడుకునే ఉన్నార'ని తను ల్యాప్‌టాప్‌లో ఆడుకుంటున్నానని కూతురు చెప్పింది. యథాప్రకారం తిన్నాక, మధ్యాహ్నం ఫోన్ చేస్తే 'భోజనం చేశాం. డాడీ చేసిన కర్రీ యుమ్మీ ఉంది, తెలుసా' అని మురుసుకుంటూ చెప్పింది.

'ఆ కూర మమ్మీయే వండిందని దానికి తెలియదు, పాపం చిన్నపిల్ల కదా' అనుకుంది ఆమె మనసులో. పాప గుర్తుకు రావడంతో ఇంటికి ఫోన్ చేసింది. ఎవరూ ఎత్తడంలేదు. వెంటనే ఎందుకో ఆమె గుండె వేగంగా కొట్టుకుంది. వాట్సప్ ఓపెన్ చేసి వాళ్లాయన 'లాస్ట్ సీన్' చూసింది. అది పది నిమిషాల క్రితం టైమ్ చూపిస్తోంది.

వెంటనే 'ఎలా ఉన్నారు? ఏం చేస్తున్నారు?' అని మెసేజ్ పెట్టింది. కానీ, పావు గంటైనా అది చూసినట్టు బ్లూ టిక్ రాలేదు. దాంతో ఆమె గుండె వేగం హెచ్చింది.

'ఒకవేళ ఆయన పడుకుని నిద్రపోతుంటే అపార్ట్‌మెంట్‌లోకి ఏ కొరియర్ వాళ్లో, డెలివరీ బాయ్స్ వస్తే.. పాప ఒంటరిగా ఉందని వాళ్లు గ్రహిస్తే; లేదంటే, టీవీ బోర్ కొట్టి అది ఆడుకోవడానికి బయటకు వెళ్లినప్పుడు ఎవరైనా.. ఇతర ఫ్లాట్లలో వాళ్లు.. అంకుల్స్, తాతలు.. ఏమైనా..' ఈ ఆలోచనలు రావడంతో ఆమె మనసు తీవ్రమైన అలజడికి గురైంది. ఊపిరాడలేదు.

ఇంతకంటే భయంకరమైన ఆలోచనలు కూడా వస్తున్నాయి. ఆ ఆలోచనలను అడ్డుకోలేక ఆమె నానా అవస్థ పడుతోంది. చేతులు నలుపుకుంటూ సీటులోంచి లేచి నిలబడింది.

ఆమె ఆందోళనను వేరేవిధంగా భావించిన పక్క సీటు ఆమె

"ఏంటి అప్పుడే? ఇంకా ఫోర్ కూడా కాలే" అంది.

ఈమె భర్త ఐదారు నెలల తరువాత విదేశాల నుంచి వచ్చాడని సెక్షన్‌లో అందరికీ తెలిసి ఉండటంతో, వాళ్లు ముసిముసిగా నవ్వుకుంటూ ఆమెవైపు దృష్టిసారించారు.

కానీ, ఆమె అవేమీ పట్టించుకోకుండా "కొంచెం అర్జంట్‌గా వెళ్లాలి" అంది

పొడారిపోయిన గొంతుతో.

ఆమె గొంతులో మార్పును పసిగట్టిన పక్క సీటులోని ఆమె కళ్లలోకి చూస్తూ "ఏమైనా హెల్ప్ కావాలా?" అని అడిగింది, హ్యాండ్‌బ్యాగ్ తీస్తూ.

"అహా.. అలాంటిదేం కాదు. కొంచెం పనుంది" అంది.

"సరే.. వెళ్లు. సర్ అడిగితే నే చెబుతాలే" అంది, భరోసాగా.

"థాంక్స్" అనేసి ఆమె గబగబా టేబుల్ సర్దేసి, బ్యాగ్ భుజానవేసుకుని బయటపడింది.

పార్కింగ్‌లోంచి బండి బయటకు తీస్తూ తూలబోయింది. నిలదొక్కుకుని బండి ఎక్కుతూ మరోసారి ఫోన్ చూసింది. ఏమీ రిప్లై లేదు. కళ్లలో నీళ్లు చిప్పిల్లాయి.

'ఒక్కసారి మెసేజ్‌కి రిప్లై ఇస్తే నీ సొమ్మేం పోయింది. అయినా, ఇంటికొచ్చాక నీకుంటుంది. నా టెన్షన్ నీకు అర్థంకావడం లేదు' అంటూ హబ్బీని తిట్టుకుంది.

ఇంకా ఆఫీసులు విడిచిపెట్టే వేళ కాకపోవడంతో ట్రాఫిక్ ఎక్కువగా లేదు. ఆమె బండి వేగంగానే పోతోంది. కానీ, ఆ బండిని అక్కడే పడేసి పరిగెట్టుకుంటూ వెళ్తే.. తానింకా తొందరగా ఇంటికి చేరుకుంటానని అనిపించిందామెకు. చివరికి వాళ్ల ఇల్లుండే సందు మలుపులోకి తిరగ్గానే తండ్రీ, కూతుళ్లు అపార్ట్‌మెంట్ ముందు షటిల్ ఆడతూ కనిపించారు. ఒక్కసారిగా పెద్ద బరువేదో దించుకున్నట్టనిపించిందామెకి.

మమ్మీని చూడగానే పాప పరిగెత్తుకుంటూ వచ్చి బండి ఎక్కేసి తల్లిని కరుచుకుంది.

"ఏంటమ్మా, ఈ బట్టలు. కొంచెం మంచి డ్రెస్ వేసుకోవచ్చుగా బయటకు వచ్చేప్పుడు" అంది, పాపని ముద్దు చేస్తూనే.

"ఇక్కడే కదా, అని.." అంటూ అడక్కుండానే ఆయన సంజాయిషీ ఇచ్చాడు.

"ఇక్కడైనా, ఎక్కడైనా.. మరీ ఇంత పొట్టి బట్టలు వేసి తీసుకు వస్తావా?" అంది కాస్త విసురుగా.

ఆయన ఆశ్చర్యపోతూ "ఎందుకంత కోపం? అది ఎంత పిల్లని.." అన్నాడు.

"నీకూ నాకూ పిల్లే కావచ్చు. అందరికీ.." అని ఏదో అనబోతూ ఆగి, "అయినా, కిందకు వచ్చేప్పుడు ఫోన్ తెచ్చుకోకూడదని ఏమైనా రూలుందా?" అంది.

"చార్జింగ్ అయిపోతే, సైలెంట్‌లో పెట్టి.." అతనేదో చెబుతున్నాడు. ఆమె ఏమీ పట్టించుకోలేదు.

కానీ తాను కూతురుని బట్టల గురించి హెచ్చరిస్తున్నప్పుడు ఫోన్ 'రేప్..రేప్..' అని అరవడం ఆమె చెవిన పడుతూనే ఉంది.

ఇంట్లోకి వెళ్లగానే సోఫాలో కూలబడి ఫోన్ తీసుకుని వాట్సప్ ఓపెన్ చేసింది.

'హాయ్.. ఆంటీ. హౌ ఆర్ యు. హౌ ఈజ్ మై యాప్. మీకు నచ్చితే ఫైవ్

స్టార్ రేటింగ్ ఇవ్వండి. ప్లీజ్' అని ఓ మెసేజ్ కనిపించింది.

'ఏమి యాప్? ఏమా రేటింగ్?' అనుకుంటూ డీపీ ఓపెన్ చేసింది. నాలుక బైట పెట్టి, ఓరగా చూస్తున్న సెల్ఫీ కనిపించింది. ఈ పిల్లను ఎక్కడో చూశాను అనుకుంటుంటే.. గుర్తొచ్చింది.

టెక్సాస్‌లో ఎమ్మెస్ చేస్తున్న బంధువులమ్మాయి. తన 'ప్రాజెక్ట్‌లో భాగంగా ఒక యాప్ డెవలప్ చేశాననీ, ఓసారి వాడి చూసి మంచి రేటింగ్ ఇమ్మ'ని అడిగింది. అదే 'రేప్.. యాప్..'.

'అత్యాచారం అంటే కేవలం భౌతికంగా జరిగే దాడి మాత్రమేకాదని; ఎదుటివారి మాటలు, చేష్టలు, చూపులు కూడా అత్యాచారంలాంటివే'నని ఆ అమ్మాయి గట్టిగా వాదించడం ఆమెకు గుర్తుకు వచ్చింది. 'తరతరాల భావపరంపర వల్ల మన ఆడవాళ్లలో కూడా కొన్ని స్త్రీ వ్యతిరేక భావాలు పేరుకుపోయి ఉంటాయ'ని తన కళ్ల ముందు ఎదిగిన పిల్ల అంటుంటే, తను ఆశ్చర్యంతో చూస్తూండిపోయింది. మన మాటలు, చుట్టూ ఉండేవారి మాటలను బట్టీ; బాడీ లాంగ్వేజ్‌ని బట్టి మన మీద జరుగుతున్న, మనం చేస్తున్న 'అత్యాచారం' లాంటి సందర్భాలను లెక్కించడం ఆ యాప్ ప్రత్యేకతని ఆ అమ్మాయి వివరించింది.

అప్పుడు 'అలా బాడీ లాంగ్వేజ్‌నీ, మాటలను ఒక యాప్ గుర్తించడం సాధ్యమేనా' అని ఆమె సందేహం వ్యక్తం చేసింది. వెంటనే ఆ పిల్ల అడుగులనీ, వ్యాయామలను కొలిచే గూగుల్ ఫిట్, మనం ఎక్కడికెళ్లినా ఇట్టే కనిపెట్టేసే గూగుల్ మ్యాప్స్ పనితీరు గురించి వివరించింది. వాటితో పోలిస్తే మరింత అడ్వాన్స్డ్ ఆల్గోరిథమ్స్, సాఫ్ట్‌వేర్ సాయంతో ఆ యాప్ రూపొందించినట్టు కూడా ఆ పిల్ల చెప్పింది.

వెంటనే ఆమెకు పొద్దుటి నుండి జరిగిన సంఘటనలన్నీ గుర్తుకు వచ్చాయి. ఏయే సందర్భాలో ఫోన్ 'రేప్.. రేప్' అని అరిచిందో గుర్తుచేసుకుని, ఆ యాప్ పనితీరుకు ఆశ్చర్యపోయింది. వెంటనే ప్లే స్టోర్ ఓపెన్ చేసి సంతోషంగా ఫైవ్ స్టార్ ఇచ్చేసింది.

'మనుషుల వక్రబుద్ధులను మార్చడానికి ఎన్నెన్నో ప్రయత్నాలు. ఇటువంటి ఎన్ని సాంకేతిక ప్రయోగాలు విజయవంతమైతే ఈ అత్యాచార అకృత్యాలకు అడ్డుకట్టపడుతుందో' అనుకుంటూ ఆమె ఓ దీర్ఘమైన నిట్టూర్పు విడిచింది. ఇకపై తన వ్యవహారసరళిలోని లోపాలను కూడా సరిదిద్దుకోవాలని నిర్ణయించుకుంది.

'నీ రేప్.. యాప్.. సూపర్' అంటూ ఆ అమ్మాయికి వాట్సప్‌లో మెసేజ్ పెట్టి, కూతురును దగ్గరకు తీసుకుని ఒళ్లో కూర్చోపెట్టుకుని గట్టిగా ముద్దు పెట్టుకుంది.

31.10.2020

అక్టోబర్, 2021,
సాహో మాసపత్రిక

# సంస్కారి

అదొక పెద్ద కార్పొరేట్ ఆసుపత్రి. పార్కింగ్‌లో ఉన్న ఓ ఖరీదైన కారులో కూర్చుని ఉన్నాడు ఆయన. అతని భార్య ఆసుపత్రి లోపల ఐసీయులో ఉంది. అత్యవసర సమయంలో తల్లిని ఆగ మేఘాల మీద ఆసుపత్రిలో చేర్చి, సాయంత్రం వరకూ ఆసుపత్రిలోనే ఉండి వెళ్లాడు కొడుకు. అందుకని అతనికీ రాత్రి డ్యూటీ తప్పలేదు. ఇలాంటి తప్పనిసరి తద్దినాలంటే ఆయనకు చిరాకు.

చాలాసేపు మొబైల్‌లో తలమునకలైన అనంతరం అతను తల ఎత్తి కారు లోంచి చూసేసరికి చీకటి పడిపోయింది. టైము చూశాడు ఏడున్నర అయ్యింది. డ్రింక్స్ తీసుకునే సమయం అవుతోంది. కారు డ్యాష్ బోర్డు తెరిచి చూశాడు. కాయితాల వెనుక బాటిల్ కనిపించింది. మూత ఓపెన్ చేసి ఓ గుక్క తాగాడు.

ఇంతకుముందు గమనించలేదుగానీ, సాదాసీదా జనం చాలామందే ఉన్నారు. చెట్ల కింద, ఖాళీ పార్కింగ్ ప్లేస్‌లో గుంపులుగా ఉన్నారు. ఆయనకు తెలియని ఇరిటేషన్ కలిగింది. వెంటనే కొడుక్కి ఫోన్ చేశాడు.

"డామిట్.. మీ అమ్మను చేర్చుకోడానికి ఫైవ్ లాక్స్ అడ్వాన్స్ అడిగారన్నావ్.. ఇది బిగ్గెస్ట్ హాస్పిటల్ ఇన్ ద సిటీ అని చెప్పావ్? ప్రతి అడ్డమైన వెధవా ఇక్కడే ఉన్నాడు" అంటూ ఆవేశపడ్డాడు.

"డాడ్.. ఇన్స్యూరెన్స్‌లు అవీ ఉంటాయి. వాటికి తోడు గవర్న మెంట్ స్కీమ్స్ ఉంటాయి కదా. పూర్ పీపుల్ కాకపోయినా మిడిల్ క్లాస్ కూడా వస్తారు. దగ్గర్లో మంచి హోటల్స్ ఏమీలేవు. అందుకనే.." అని కొడుకు ఏదో చెబుతుండగానే మొబైల్ కట్ చేసి, చిరాగ్గా పక్కసీట్లో పడేశాడు. దగ్గర్లో హోటల్స్ లేకపోవడంతోపాటు, భార్య కేసు డయాగ్నసిస్ అయితేనే కానీ రూమ్ ఇవ్వలేమని ఆసుపత్రి వాళ్లు అనడంతో ఆయనిలా పార్కింగ్ ప్లేస్‌లో సరిపెట్టుకోవాల్సి వచ్చింది.

కేవలం ఆ జనాన్ని చూస్తుంటేనే అతనికి ఏదో చెడువాసన సోకినట్టు

అనిపించింది. పెర్ఫ్యూమ్ తీసి కారంతా స్ప్రే చేశాడు. వాళ్లు కనిపించిన దగ్గర్నించి అతనిలో చిరాకు ఎక్కువయ్యింది. అతడు చీకట్లో ఉన్న కారులో ఉండటం వల్ల బయటి వారికి కనిపించడు. అయినా, కారుల్లో ఎవరున్నారో చూసే తీరిక బయటి వారికి లేదు. కానీ, ఆయన బయటివారందరినీ చూస్తూ 'ఒక్కడికీ సంస్కారం లేదు. ఎలాపడితే, అలా బతికేస్తున్నారు' అనుకున్నాడు.

అందుకు ప్రధాన కారణం వాళ్లెవరూ 'పద్ధతి'గా లేకపోవడమే. అక్కడా, ఇక్కడా చేరినవారందరూ కాసేపటికి ఒక్కొక్కరూ అన్నాలు తినడానికి సిద్ధమయ్యారు. గిన్నెల్లో, ప్యాకెట్లలో తెచ్చుకున్న అన్నాలు తినేసి; కంచాలు, గిన్నెలు ఆ పక్కనే మొక్కల దగ్గర తొలిచేసి ఎవరి సామానులు వారు సర్దుకుని కబుర్లలో పడ్డారు. ఎంగిళ్లు, నీళ్లు, అక్కడక్కడ పడిన కూరలు, సాంబార్లతో ఆ ప్రాంతమంతా గలీజుగా మారిపోయింది. దాంతో ఎక్కడ్నించి వచ్చాయో, ఒకట్రెండు కుక్కలు కూడా వచ్చాయి. 'డర్టీ ఫెలోస్' అని మళ్లీ గట్టిగా తిట్టుకున్నాడు ఆయన తన కారులో కూర్చునే.

ఆయనకు వెంటనే అప్పుడప్పుడు టీవీల్లో, పేపర్లో వచ్చే వార్తలు గుర్తొచ్చాయి. 'పసిబిడ్డని ఎత్తుకెళ్లిన వీధికుక్కలు', 'రోగిపై కుక్కల దాడి' లాంటి సంఘటనలు జరుగుతున్నాయంటే కారణం, ఇలాంటివారే-అనుకున్నాడు.

'పరిసరాలను శుభ్రంగా వుంచితే..'అని అనుకుంటూనే 'ముందు వీళ్లు శుభ్రంగా వుండాలిగా..' అని విసుక్కున్నాడు. విసుగెక్కువ కావడంతో బాటిల్ తీసుకుని మరో పెద్ద గుక్క తాగాడు.

కాసేపటికి, ఆకలిగా అనిపించడంతో పక్క సీట్లో పెట్టుకున్న జ్యూట్ బ్యాగ్‌లోని కార్టన్‌లో ప్యాక్ చేసిపెట్టిన శాండ్విచ్ తీసుకున్నాడు. మ్యూజిక్ ఆన్ చేసుకుని తింటుండగా పక్కన ఎవరో కదిలినట్టు అనిపించి కంగారుగా కుడివైపు చూశాడు. ఎప్పుడు చేరారో తన కారు పక్కనే ఓ తల్లీ కూతురు.. కిందనో గుడ్డ పరుచుకుని ఉన్నారు. వాడెవడో తూలుకుంటూ ఏదో తిండి ప్యాకెట్ తెచ్చి, వాళ్లకి ఇచ్చాడు. ఆమె ఆ పక్క నుంచి ఏవో ప్లేట్లు తీసి ముగ్గురికి చేత్తోనే వడ్డించింది.

మిగిలిన వాళ్లు చేతులైనా కడుక్కోకుండా అలాగే కూచుని అవురావురు మని తినేశారు. వాళ్లు తినే తీరు చూసే సరికి ఆయనకి సగం తిన్న శాండ్విచ్ కడుపులో తిప్పినట్లయింది. చేతిలో మిగిలిన ముక్కను ఆ పేపర్ కవర్‌లో పడేసి టిష్యూతో చేతులు, మూతి తుడుచుకుని స్టీల్ బాటిల్ తీసుకుని ఓ గుక్క నీళ్లు తాగాడు.

కాసేపటికి, ఆ పిల్ల మొక్కల దగ్గర ఎంగిలి గిన్నెలు తొలుస్తూ కనిపించింది. మొగుడూ పెళ్లాలిద్దరూ ఏదో చెప్పుకుంటూ నవ్వుకుంటున్నారు.

'వీళ్ల బతుకులకు నవ్వొకటి, ఎలా వస్తుందో?' అనుకున్నాడు ఆయన చిరాగ్గా.

ఈ చిరాకుల నుంచి ఆయనను కాపాడటానికన్నట్టు మొబైల్ రింగ్ అయ్యింది.

ఎవరో నర్సు.. 'డాక్టర్‌గారు రమ్మంటున్నా'రని చెప్పింది.

హడావిడిగా వెళ్లి, భార్యకు ఏవేవో టెస్ట్లు చేయడానికి అనుమతిస్తూ వాళ్లు అడిగిన చోటల్లా సంతకాలు పెట్టి తిరిగి కారు దగ్గరకు వచ్చాడు. మొగుడూ పెళ్లాలు ఓ చింకి దుప్పటి కప్పుకుని పడుకుంటే, వాళ్ల కాళ్ల దగ్గర అడ్డంగా ఆ పిల్ల మరో చింకి చీరేదో కప్పుకుని పడుకుంది. తన ఉనికిని వారు పట్టించుకున్నారా, లేదా అని అతడికి సందేహం వచ్చింది. 'సంస్కారం లేని మనుషులు' అని చీదరించుకుంటూ, అతడు నిశ్శబ్దంగా కారులో దూరాడు.

వాళ్లను చీదరించుకునే తొందరలో- భార్య అనారోగ్యంతో ఉన్నా, తను ప్రొఫెషనల్‌గా పనులు చేసుకుంటున్నాడనీ; తిని, తాగుతున్నాడనీ.. అన్ని సౌకర్యాలు అనుభవిస్తూ కూడా భార్య కోసం ఇక్కడ ఉండాల్సి వచ్చినందుకు విసుక్కుంటున్నా డనే విషయం సహజంగానే అతడికి గుర్తుకురాలేదు. కాసేపటికి అతడికీ కళ్లు మూతలు పడ్డాయి.

తెల్లవారుజామున నాలుగున్నరకనుకుంట.. ఫోన్ రింగైంది.

"మీ ఆవిడ ఊపిరి తీసుకోవడంలో ఇబ్బంది పడుతోంది. వెంటిలేటర్ పెడుతున్నాం. మీరొచ్చి ఒక ఫాంపై సంతకం చేసి వెళ్లండి" అని లోపల డ్యూటీలో ఉన్న నర్సు చెప్పింది.

అంతేకాదు, "అడ్మిషన్ అప్పుడు కట్టారుగానీ, మళ్లీ మీరు ఏమీ కట్టలేదు" అంటూ నసిగింది.

డబ్బు నసుగుడు అతడికి కొత్త కాదు. అందుకే అంత నిద్ర మత్తులోనూ అతడికి బాగానే అర్థమైంది. వెనక్కి ఒంగుని, బ్యాక్ సీటులో పెట్టిన బ్యాగ్‌లోంచి రెండు కట్టలు హడావిడిగా జేబులో దోపుకుని కారులోంచి బయటకు వచ్చాడు. చీకట్లో జాగ్రత్తగా చూసుకుంటూ ఆసుపత్రిలోకి వెళ్లాడు. తన భార్యను ఉంచిన ఐసీయు వైపు వెళుతుండగా, కౌంటర్ దగ్గర నిద్ర రాకుండా కంప్యూటర్‌లో గేమ్‌లు ఆడుతున్న కుర్రాడు 'ఎక్స్‌క్యూజ్‌మీ' అంటూ గౌరవంగా పిలిచాడు.

ఆయన దగ్గరకు వెళ్లగానే, 'ఫలానా పేషెంట్ తాలూకాయేనా' అని అడిగాడు. ఆయన అవుననగానే, కట్టాల్సిన అమౌంట్ చెప్పాడు. డబ్బులు కట్టేసాక.. లోపలికి వెళ్లి సంతకాలు, అవీ పెట్టాడు.

తన భార్యకు మరీ అంత ప్రమాదమేమీ లేదని ముందే చెప్పడంతో, తర్వాత వాళ్లు చెప్పే వివరాలపట్ల అతను శ్రద్ధ చూపలేదు.

"ఎంత ఖర్చయినా ఫర్వాలేదు. ఆమెను మాత్రం ఎలాగైనా కాపాడండి" అని మాత్రం చెప్పాడు.

అన్నీ పూర్తి చేసుకుని బయటకు వచ్చి, రిలాక్స్‌గా జేబులో చేతులు పెట్టుకునేసరికి చురుక్కుమంది. గబగబా అన్ని జేబులూ వెతుక్కున్నాడు. కారు

తాళాలు కనిపించలేదు. హడావిడిగా కారు దగ్గరకు వచ్చాడు. అంతదూరంలో కారుండగానే, ఆ పిల్ల కార్ లాక్‌తో ఆడుతూ కనిపించింది. లైట్లు వెలుగుతూ, ఆరుతూ ఉంటే దానికి సంతోషంగా అనిపిస్తోంది. కోపంగా దగ్గరకు వెళ్లి ఆ పిల్లవైపు చూశాడు.

ఆయనను గమనించిన ఆ పిల్ల "తాత సచ్చిపోనాడు సార్, అమ్మానాయనా శవంతోని పోయినారు. నేనూ పోతుంటే, ఇది కనబడింది. మీకిచ్చిపోదామని ఆగిపోయినా" అంటూ కారు కీస్ చేతి కిచ్చింది.

ఆ పిల్ల మాటలు అతడికి ఎక్కడో తగిలాయి. ఆ గిల్టీనెస్ తప్పించుకోడానికి 'థ్యాంక్స్' అంటూ ఆ పిల్లకి వంద రూపాయల నోటు తీసి ఇచ్చాడు.

"వద్దుసార్.. అమ్మ తిడద్ది" అని ఆ పిల్ల తుర్రుమని పరిగెట్టి వెళ్లిపోయింది.

'ఎంత మంచిపిల్ల' అని ఆ పిల్లను మెచ్చుకుంటున్న మరుక్షణం లోనే.. కారులోని బ్యాగ్ గుర్తొచ్చిందతనికి.

'వాళ్ల అమ్మా, నాన్నా బ్యాగ్ ఎత్తుకుని పోతే, కారు కీ ఇస్తున్నట్టు ఈ పిల్ల అమాయకత్వం నటిస్తోందా?' అనుకున్నాడు.

వెంటనే "ఏయ్.. ఆగు" అంటూ రెండడుగులు ముందుకు వేశాడు. కానీ, అప్పటికే ఆ పిల్ల చాలా దూరం వెళ్లిపోవడంతో ఆయన గబగబా వెనక్కితిరిగి కారు దగ్గరకు వచ్చి, బ్యాక్ డోర్ తెరిచాడు. బ్యాగ్ జిప్ తెరిచి వుంది. నోట్ల కట్లలు బయటకు కనిపిస్తున్నాయి. ఇందాక డబ్బులు తీసుకుని వెళుతూ, హడావిడిలో జిప్ వెయ్యడం మరిచి పోయిన సంగతి అతనికి గుర్తులేదు.

'బ్యాగ్ తీసుకెళితే అనుమాన మొస్తుందేమోనని, కొన్ని నోట్ల కట్టలు ఎత్తుకెళ్లారేమో?' అని అనుమాన పడ్డాడు. చూపులతో, చేతులతో కంగారుగా తడిమి, తన డబ్బంతా సరిగ్గానే ఉందని నిర్ధారించుకుని.. ఊపిరి పీల్చుకున్నాడు.

ఫ్రెష్ అయ్యి రావడానికి ఇంటికి బయలుదేరుతూ అనుకున్నాడు.

'కారులో ఇన్ని లక్షల డబ్బుందని వాళ్లకు తెలీదు. లేకపోతే అంత జాగ్రత్తగా కీస్ తిరిగిస్తారా?' అనుకున్నాడాయన.

ఎంతైనా, ఆయన సంస్కారవంతుడు కదా!

*30.11.2020*

*విశాఖ సంస్కృతి మాసపత్రిక*

# ధైర్యాంగులు

అదొక నది.. ఆ నదిపై ఒక వంతెన.

అది సాయం సమయానికి కాస్త ముందు. అందరూ భోజనం చేసి హాయిగా ఓ కునుకు తీసి నెమ్మదిగా లేస్తూ.. టీలో, కాఫీలో తాగడానికి ఉపక్రమించే వేళ. ఎండ కూడా అంతే నిర్లిప్తంగా అలా నేల రాలిపోతున్నట్టు చుట్టూ ప్రశాతంగా ఉంది.

ఇంతలో ఎక్కడ్నించి వచ్చిందో ఓ అమ్మాయి.. పరుగు పరుగున వచ్చింది. ఎవరి కోసం ఆగలేదు. ఎవరివైపు చూడలేదు. గబుక్కున వంతెన గట్టెక్కి చటుక్కున నదిలోకి దూకేసింది.

అప్పటి వరకూ పుంజీడు మందైనా లేరనుకుంటున్న చోట ఒక్కసారిగా ఓ డజను మంది జమకూడారు. అయ్యోలు, హాహాకారాలు.

ఇంతలోనే మరొకామె పరిగెట్టుకుంటూ వచ్చి, చటుక్కున గట్టెక్కింది. మిగిలిన వారంతా వారిస్తుండగానే దబ్బున నదిలో దూకేసింది.

వంతెన మీద హాహాకారాలు మరింత పెరిగాయి.మరికొంతమంది జమయ్యారు. వారిలో కొందరు దగ్గరలోని నది ఒడ్డుకు వెళ్లడానికి వంతెన దిగడం మొదలెట్టారు.

❖ ❖ ❖

ఆమె టీవీ ముందు కూర్చుందేగానీ, ఆలోచనలన్నీ ఎక్కడో ఉన్నాయి.

పదహారేళ్ల వయసు వరకూ ఆ అమ్మాయికి రెండు కాళ్లూ ఉన్నాయి. ఇప్పుడు ఒక కాలు ఉండదు. అసలుండదా, సగం ఉండదా అనేది ఇంకా

స్పష్టంగా తెలీదు. కానీ, ఒక కాలు మాత్రం తీసేయాల్సిందేనట. అంతలా ఇన్ఫెక్షన్ పెరిగిపోయిందట. కాలు తీయకపోతే ప్రాణానికే ప్రమాదమని డాక్టర్లు చెబుతున్నారు. కాలు లేకుండా ఎలా, అనేది ఆ అమ్మాయి దిగులు. ఆ అమ్మాయికి ఏమని చెప్పాలి?

'పుట్టుకతోనే కాళ్లులేని వారెందరో ఉన్నారు. నీ జీవితకాలంలో పదహారేళ్లపాటు రెండు కాళ్లూ ఉన్నాయి కదా, రెండు కాళ్లతో పదహారేళ్లపాటు జీవితాన్ని ఎంజాయ్ చేశావ్ కదా; ఇక మీదట ఒకటి లేకపోతే ఏం?'అని నచ్చజెప్పితే అర్థం చేసుకుంటుందా? ఆమె ఆలోచనలు ఎంతకీ తెగడం లేదు.

ఇంతలో పక్క గదిలోంచి ఆ అమ్మాయి వచ్చింది. చిర్నవ్వు నవ్వి, దగ్గరకు రమ్మని సైగ చేసి పక్కన కూర్చోబెట్టుకుంది.

ఆ అమ్మాయి ఇంకా దిగులుగానే ఉంది. తలవంచుకుని కూర్చుని ఉంది. ఆమె లేచి పక్కనున్న వంట గదిలోకి వెళ్లి టీ చేసి తీసుకువచ్చింది.

తాగడానికి ఆ అమ్మాయి తెగ మొహమాటపడింది.

"ఫర్వాలేదులే, తాగు. చేసిన ఘనకార్యానికి సిగ్గుపడాలిగానీ.. టీ తాగడానికి కాదు" అని కాస్త గట్టిగా చెప్పింది.

వెంటనే సెల్ తీసుకుని ఆమె ఎవరికో ఫోన్ చేసింది.

ఆ పిల్ల మొహమాటంగా చుక్క.. చుక్కా తాగుతోంది. మధ్యలో ఏడుస్తోంది.

కాసేపటిలో ఎవరో కర్రతో నడుస్తూ వస్తున్న శబ్దం అయ్యింది. ఆ అమ్మాయి ఆసక్తిగా అటు చూస్తుంటే, ఆమె మామూలుగా చూసింది.

లోపలికి వచ్చినతను చేతులో సామాన్లు అక్కడ పెడుతూ 'ఎవరు?' అన్నట్టు అమ్మాయి వైపు చూసి, ఆమెను కళ్లతోనే ప్రశ్నించాడు.

"ఏదో ఇన్ఫెక్షనట.. కాలు తీసేయాలన్నరుట. అందుకని వంతెనపై నుంచి దూకితే, వెనకే వెళ్లి తీసుకొచ్చిన" అంది ఆమె.

అతను చిన్నగా నవ్వి "ఏట్లో దూకితే కాలొస్తదా? లేక కాలికి ఉన్న జబ్బు పోతుందా?" అని ప్రశ్నిస్తూ లోపలికి వెళ్లిపోయాడు.

ఆ అమ్మాయి బిత్తరపోయి అతడు వెళ్లిన వైపే చూస్తూండి పోయింది.

అయినదానికీ, కానిదానికీ కీచులాడుకునే దంపతులున్న ఈ రోజుల్లో వీళ్లిద్దరిదీ ఆదర్శ దాంపత్యమనే చెప్పాలి. ఆమె చుట్టుపక్కల ఇళ్లలో పని

చేస్తుంది. అతడు మెకానిక్. వాళ్లకో చిన్న బాబు. వాడి మీదే వీళ్ల ఆశలన్నీ.

వాళ్లుండేది రెండు గదుల ఇల్లు. దాంట్లో ఒక దాన్ని పడక గదిగా ఉంచుకుని, మరొకదాన్ని సామానుతో చిన్నగా విభజించి వంటిల్లు, హాలుగా మార్చుకున్నారు. పేరుకు అలా అనుకోవడమేగానీ, హాలులో కూడా నీళ్ల బిందెలు ఉంటాయి. పడక గది కూడా మంచం తప్ప మిగతా ప్రాంతమంతా సామానుతో, బట్టలతో నిండిపోయి ఉంటుంది.

ఇద్దరూ ఒకరంటే ఒకరికి ఎంతో ఇష్టం. అతడు ఆమెను ఎంతో ఇష్టపడి.. ఆమెలోని లోపాలతో సహా ఇష్టపడే పెళ్లి చేసుకున్నాడు. అలాని, కొట్లాడుకోరనేం లేదు. అతడి తాగి వచ్చిన రోజు అవి కాస్త ఎక్కువే అవుతాయి కూడా. కానీ, రెండు రోజుల్లో అంతా మామూలే.

వాళ్లకొచ్చే సంపాదన వాళ్లు బతకడానికే కనాకష్టంగా సరిపోతుంది. అయినా, అందులోంచే ఇతరులకు సాయం చేస్తుంటారు. కేవలం డబ్బు సాయమనే కాదు, చేతనైన సాయం ఏదైనా చేస్తారు.

అతను మొదట్లో మామూలుగానే ఉండేవాడు. ఓసారి స్నేహితుడి కొత్త బండితో హైవేపై సరదాగా వేషాలేస్తుంటే డివైడర్ కొట్టుకుని ప్రమాదం జరిగింది. తలకు దెబ్బలు తగ్గల్లేదు కాబట్టి బతికిపోయాడు. కానీ, కాలు పోయింది. అప్పటి నుంచీ కృత్రిమ కాలే పెట్టుకుంటున్నాడు. అయినా, కర్ర సాయం అవసరం.

ప్రమాదం తర్వాత అతడు కాస్త తగ్గాడు. రోజూ తాగడం మానేశాడు. చిల్లర తిరుగుళ్లు, సరదాలు మానేసి అందరికీ ఉపయోగపడే పనులు చేయడం మొదలు పెట్టాడు. అందుకే ఆ దంపతులంటే ఆ చుట్టుపక్కలందరికీ గౌరవం.

"ఆశ్చర్యపోయింది చాల్లేగానీ, తొందరగా తాగి గ్లాసు ఇటియ్యి" అంటూ ఆమె ఎడం చేయి ముందుకు సాచింది.

ఆ అమ్మాయి మరోసారి మరింతగా బిత్తరపోయింది. కారణం ఆమె సాచిన చేయి పొట్టిగా ఉండటం. ఇక అమ్మాయికి నోట్లోంచి మాటలు రాలేదు. నిలువు గుడ్లేసుకుని చూస్తుండిపోయింది.

"ఏం.. పోలియో వచ్చినవాళ్ల కాళ్లుగానీ, చేతులుగానీ.. ఎప్పుడూ చూడలేదా?" అని ఆ అమ్మాయిని అడిగి, ఆ పిల్లచేతిలోంచి గ్లాసు తీసుకుని వంట గదివైపు వెళ్లి పోయింది. కాసేపటికి పనులు ముగించుకుని వచ్చి ఆ అమ్మాయి పక్కనే కూర్చుంది.

"నేను అందంగా ఉంటానని నన్ను ప్రేమించానని అన్నాడు. చాలా రోజులు వెంటపడ్డాడు. కొన్నాళ్లకి మాటలు కలిశాయి. తర్వాత చనువు ఏర్పడ్డాక.. నా చేయి చూపించా. మొదట కంగారు పడ్డాడు. కానీ, తమాయించుకున్నాడు. తప్పకుండా పెళ్లి చేసుకుంటానని చెప్పి, వాళ్ల ఇంట్లో వాళ్లను ఒప్పించాడు. మొదట్లో ఏదో ఘనకార్యం చేసినోడి లెక్క, ఫోజులు కొట్టేవాడు. నెమ్మదిగా అర్థం చేసుకుని కలిసిపోయాడు.

కానీ, భగవంతుడు ఏమనుకున్నాడో, అతనికి కాలు లేకుండా చేశాడు. సరిగ్గా ప్రమాదం జరిగినప్పుడు బాబు కడుపులో ఉంటే, నేను పుట్టింటికి పోయినా. నెలలు నిండటంతో నేను రాలేని పరిస్థితి. చుట్టుపక్కల వాళ్లు, స్నేహితులు సహాయం చేశారు. ఇక ఇద్దరం అవిటివాళ్లం కావడంతో చాలా మార్పు వచ్చింది. ఇప్పుడు బాగానే ఉంటాడు. కొట్లాటలకు పోడం, జులాయి తిరుగుడు తగ్గింది. తను ప్రమాదానికి గురైనప్పుడు అందరూ సాయం చేశారు కదాని, తను కూడా అందరికీ సహాయంగా ఉండాలనుకుంటాడు.." అని ఇంకా ఏదో చెప్పబోతుండగా లోపలి నుంచి అతను వచ్చాడు.

"నడువ్.. ఇంటికాడ దింపుతా. చెప్పా పెట్టకుండా పోతే, కంగారు పడరా?" అని తొందర పెట్టాడు.

అప్పటి వరకు ఆ అమ్మాయికి తాను ఇంటికి వెళ్లాలన్న సంగతి గుర్తుకు రాలేదు. ఆ సంగతి గుర్తుకు రాగానే ముందు ఏడుపు వచ్చింది, అమ్మ, నాన్న గుర్తుకు వచ్చి భయం వేసింది, తాను చేసిన పని తెలిసి కొడతారేమోనని.

ఆ గందరగోళంలో బిత్తర చూపులు చూస్తూ నిలబడింది.

"పద.. భయంలేదులే. నేను కూడా వస్తా. బట్టలు మార్చుకో" అంది ఆమె.

అప్పుడు గుర్తుకు వచ్చింది. తాను తన బట్టల్లో లేదనే విషయం. ఇంటికి తీసుకొచ్చిన వెంటనే ఆమె తన నైటీ ఇచ్చి, వేసుకోమని; అమ్మాయి బట్టలు తీసుకెళ్లి ఆరేసింది. మళ్లీ ఆమే వెళ్లి, ఆరిన బట్టలు తెచ్చి ఇచ్చింది. ఆ అమ్మాయి లోపలికి వెళ్లి మార్చుకుని వచ్చింది.

ముగ్గురూ ఒకే బండిపై బయల్దేరారు. అతని వెనుక ఆమె, ఆమెను ఆనుకుని అమ్మాయి కూర్చున్నారు.

రెండు సందులు తిరిగిన తరువాత తన మెకానిక్ షాపు దగ్గర బండి ఆపి.. "అరే.." అని పిలిచాడు.

ఓ కుర్రాడు వచ్చాడు. ఏవేం బండ్లు పెండింగ్‌లో వున్నాయో కనుక్కున్నాడు. ఆవేళ ఇచ్చేయాల్సిన బండ్ల గురించి, వాటిని త్వరగా పూర్తి చేయడం గురించి రెండ్నిమిషాలు మాట్లాడాడు.

తర్వాత మరో కుర్రాడిని పిలిచి..

వాడితో "మీ వదిన్ని తీసుకుని నా యంబడి రా" అన్నాడు.

ఆయన బండి మీంచి ఆమె దిగిపోయింది.

అమ్మాయి కాస్త కంగారుపడింది.

"ఏం పర్లే.. జాగ్రత్తగా కూచో. నేను కూడా వెనకాలే వస్తా" అని ఆమె ధైర్యం చెప్పింది.

అతను ఆ అమ్మాయికి దారి పొడవునా ధైర్యం చెబుతూనే ఉన్నాడు.

"జీవితంలో అన్నీ అనుకున్నట్టే కావు. మాయావిడకి పుట్టుకతోనే వచ్చే. నేను బాగున్న అనుకుంటే. నాకు మధ్యలో వచ్చింది. ఏంజేస్తాం? బాధ ఉంటుంది, కాదన్ను. ఒకసారి ఏడ్వాలి, రెండుసార్లు ఏడ్వాలి. పద్దాక ఏడుస్తూ కూచుంటే పనౌద్దా? అయినా, అప్పుడే ఏం మించిపోయింది. ఈ డాక్టర్ కాకపోతే వేరే డాక్టర్; ఈ ఆసుపత్రి కాకపోతే, వేరే ఆసుపత్రికి పోదాం. చూద్దాం, ఇప్పుడు అన్నీ మారినాయ్ కదా. ఒక డాక్టర్ కాలు తీసేయాల్సిందే అనగానే ఇట్ల జేస్తే ఎట్ల. ధైర్యంతోని అన్నీ సాధించుకోవాలి. నీకే ఇంత ఘనం బాధుంటే.. సిన్నప్పటి నుంచి నిన్ను కని, పెంచినోళ్లకి ఎంతుంటుంది? ఎప్పుడైనా ఆలోచనాజేశావా" అంటూ మెత్తని చివాట్లతో ధైర్యం నూరిపోశాడు.

ఆ అమ్మాయి దేనికీ సమాధానం చెప్పలే. ఒకటే ఏడుపు.

"సరేలే.. ఏడుపు ఆపు. ఇంటి దగ్గర కొచ్చినం. ఇక ఎప్పుడూ ఇలాంటి పాడు ఆలోచన చేయకు. జీవితంలో అన్నిటినీ డబాయించుకు రావాలె. అర్థమైందా?" అన్నాడతను.

ఆ అమ్మాయి బండి దిగుతూ తలాడించింది. తాను రావాల్సిన సమయం గడిచినా రాకపోవడంతో ఇంట్లోవాళ్లు పడుతున్న హడావిడి కనబడుతూనే ఉంది. కానీ, ఆ అమ్మాయికి అడుగు ముందుకు వేయడానికి ధైర్యం చాలటం లేదు.

ఇంతలో అక్కడికి చేరుకున్న ఆమె, ఆ అమ్మాయి భుజం తట్టింది.

"ఇతరులకు వుండే వాటిల్లో ఏదో ఒక అవయవం లోపించిన వాళ్లం

మేము. అయినా, మమ్మల్ని దివ్యాంగులని ఎందుకంటారో తెలుసా?" అని ఆ అమ్మాయిని ప్రశ్నించింది.

ఆ అమ్మాయి ఏమీ పలకలేదు.

"ధైర్యమే మాకుండే దివ్యాంగం కాబట్టి, ధైర్యాంగం వుంటే ఏ అంగం లేకపోయినా, ఏదైనా సాధించగలం కాబట్టి.." అంటూ తన పొట్టి చేయిని అమ్మాయి భుజం చుట్టూ వేసింది.

ఆ అమ్మాయి ఆత్మవిశ్వాసంతో అడుగు ముందుకు వేసింది.

06.12.2020

సెప్టెంబర్, 2022,
విశాఖ సంస్కృతి మాస పత్రిక

# తెల్ల జెండా

ఎండాకాలమేమో.. కాస్త చల్లగా వుండే తెల్లవారుజాము సమయంలోనే ఆమెకు కాస్త కన్నంటుకుంటోంది. లేవాలని ఉన్నా బద్ధకం కదలనీయడం లేదు. సరిగ్గా అప్పుడే కొంపలంటుకున్నట్టు ఏవో అరుపులు, కేకలు. తన అనుమతి లేకుండానే బలవంతంగా చెవిలో దూరి విసిగిస్తుంటే ఆమె ఇక కళ్లు తెరవక తప్పలేదు.

మొబైల్ తీసుకుని టైం చూసింది. ఐదున్నరవుతోంది. లేచి, నైటీ సర్దుకుంటూ వంటింటి వైపు నడిచింది. అక్కడ భర్త నీళ్లు నములుతూ కనిపించాడు.

"ఏమైంది?" అంది, జుట్టు ముడి వేసుకుంటూ.

"ఏం లేదు, నేనేదో నాలికాడించుకుంటుంటే కిటికీలోంచి చూసి.. ఆయన్ని వెక్కిరించాననుకుని తిట్టుకుంటూ వెళ్లాడు, ఆ చివరి ఫ్లాట్ ఆయన" అన్నాడు.

ఆమె గట్టిగా నిట్టూర్పు విడిచింది.

ఫ్రిజ్‌లోంచి పాల ప్యాకెట్ తీస్తూ 'ఈయనతో ఇదో చిక్కు. వాట్సప్పుల్లో, యూట్యూబుల్లో ఎక్కడ ఏం కనిపించినా ఫాలో అయిపోతాడు, కర్మ' అనుకుంటూ నెత్తికొట్టు కుంది. నుదుటికి చల్లగా, మెత్తగా తగిలింది. ఉలిక్కిపడి చూసుకుంటే చేతిలో పాల ప్యాకెట్ నవ్వింది.

ఆమె దీర్ఘంగా మళ్లీ నిట్టూర్పు విడుస్తూ 'ఈయనతో వేగలేక నాకున్నమతీ పోయేట్టు ఉంది' అనుకుంది.

భర్త చేష్టలతో చుట్టుపక్కల వారితో జరిగే గొడవలు ఆమెకు కొత్త కాదు. ఆ మధ్య పొద్దున్నే లేచి వేణ్ణీళ్లలో ఉప్పు, పసుపు వేసుకుని పుక్కిలించి ఉమ్మే కార్యక్రమాన్ని ఓ పక్షం నడిపించాడు.

"మాకు వేరే అల్లారాలు అక్కర్లేదొదినా, అన్నయ్యగారి పుక్కిళింతలకి మా ఇంటిల్లి పాదికే కాదు, ఓ పది ఇళ్ల వరకూ అందరికీ పొద్దున్నే పులకరింతలు

వస్తున్నాయనుకో" అని ఆ కార్నర్ ఫ్లాట్ ఆవిడ వెటకరించినప్పుడు ఆమెకు తల కొట్టేసినట్టయింది.

ఇక ఆయన దంతధావనమైతే ఎంత ప్రఖ్యాతి పొందిందో ప్రత్యేకంగా చెప్పక్కర్లేదు. నాలిక గీసుకుంటూ 'వాక్.. వాక్..' అని అరిచే అరుపులకు ఊరంతా ఉలిక్కిపడుతుందంటే అతిశయోక్తి కాదు. రాత్రి తిన్నవే కాదు; వారం, పది రోజుల క్రితం తిన్నవైనా సరే.. బయటకు వెళ్లి పోవాల్సిందే-ఆయనకు కాదు, ఆ శబ్దాలు వినే వాళ్లకి.

అయినాకానీ, ఇవేవీ ఆయనకు పట్టవు.

ఆలోచిస్తూనే, కాఫీ కప్పులు తీసుకుని హాల్లోకి వచ్చింది ఆమె.

ఆమెను చూస్తూనే, ఆయన ఉత్సాహంగా "రారా.. ఇలా కూర్చో" అని సోఫాలో పక్కకు జరిగి చోటిచ్చాడు.

ఆమెకు అవన్నీ అలవాటే కాబట్టి సణుక్కుంటూనే కూర్చుని..''ఇక మొదలెట్టండి" అన్నట్టు చూసింది.

"నీకు తెలుసా? నాలిక మన శరీరంలో అత్యంత కీలకమైనది. దానికి శరీరంలోని మొత్తం అన్ని నాడులతో బలమైన లంకెలు కూడా ఉంటాయట. పొద్దున్నే లేచి దాన్ని గనుక అటూఇటూ ఆడిస్తే, ఇక జీవితంలో మతిమరుపు రోగం.. అదే, అల్జీమర్స్ రానే రాదుట, తెల్సా" అన్నాడు.

"వాట్సప్‌లో రాశారా?" అందామె.

'అవునన్నట్టు' చూశాడతను.

పొద్దున్న జరిగిందేమిటో ఆమెకు ఇప్పుడు బాగా అర్థమైంది.

'ఈయనగారు లేచిన వెంటనే నాలికా వ్యాయామ విన్యాసాలు మొదలెట్టి ఉంటారు. వాకింగ్‌కని బయటకు వెళుతూ కిటికీలోంచి అనుకోకుండా ఈయన్ని చూసిన చివరి ఫ్లాట్ ఆయనకు విషయం తెలియక తనను వెక్కిరిస్తున్నాడని అనుకున్నారన్నమాట. దాంతో తన మాతృభాష గుజరాతీలో తిట్టిపోశాడన్నమాట' అని అర్థం చేసుకుంది. అలాని, వాళ్లయనకేమీ గుజరాతీ రాదు. కానీ, తిట్లలో వున్న ట్రిక్కే అది. ఏ భాషలో తిట్టినా.. అదేంటో, అవి తిట్లేనని ఇట్టే తెలిసిపోతాయి.

కాఫీతోపాటు ఆలోచనలను కూడా తాగుతూ.. ఆమె వాళ్లాయనను పరిశీలనగా చూసింది.

ఆయనదేమీ భారీకాయం కాదు. అలాని, మరీ పీలగానూ ఉండడు. పెళ్లయిన మగాళ్లందరిలాగే ఆయనా కాస్త బొజ్జ పెంచుకున్నాడు. దాన్ని కరిగించుకుని ఇంకాస్త చక్కగా కనబడాలన్నదే ఆయన ప్రయత్నం. దీనికి తోడు వయసు

పైబడుతోందన్న అదర్దా. అందుకే ఆయన యూట్యూబ్ వీడియోలన్నిటినీ జల్లెడ పట్టేస్తాడు. నచ్చినవన్నీ ఒక దగ్గర నోట్ చేసుకుని, ఆచరణలో పెడతాడు.

"ఇంకా నయం, ఆ ప్రయోగాలేవో ఆయన మీదే చేసుకుంటాడు. నన్ను కూడా చేయమని కాల్చుకు తినడు. అంతవరకు అదఅష్టవంతురాలినే" అని ఆమె అందరితో చెప్పుకుంటూ ఉంటుంది.

కాఫీలు పూర్తవడంతో కప్పులు తీసుకుని వంటింట్లోకి నడిచింది. టిఫిన్‌కు దోశలు పోద్దామని ఫ్రిజ్‌లోంచి పిండి తీసి బయట్నపెట్టింది. సాంబారైతే.. ఇడ్లీల్లోకి బాగుంటుంది కదాని, కూరగాయల కోసం చూసింది. ఆనపకాయ ముక్కొకటి వుండాలి, దానికి అవీఇవీ కలిపి సాంబారు పెడదామనుకుంది. చూస్తే, ఫ్రిజ్జులో కనబడలేదు. క్యారెట్లూ కనబడలేదు. దాంతో ఆమెకు భర్తపై అంతెత్తున కోపం వచ్చింది. ఈయనగారి ఆరోగ్య వేషాలు కోతి వేషాలను మించిపోతున్నాయని విసుక్కుంది.

ఎక్కడెక్కడో ఏవేవో చదివి ఒకసారి దోసకాయ జ్యూస్ చేసుకుని తాగేస్తే, మరోసారి ఆనపకాయ జ్యూస్ చేసుకుని తాగేస్తాడు. మరికొన్నిసార్లయితే నానా అవస్థ పడుతూ కాకరకాయ జ్యూస్ కూడా తాగుతాడు.

'ఈ మహాశయుడు ఎప్పుడు ఏం తాగేస్తాడో, ఏమో..' అని మళ్లీ నెత్తి కొట్టుకుంది.

ఈసారి కూడా చల్లగా, మెత్తగా తగిలింది. కానీ, పాల ప్యాకెట్ కాదు, దోశ పిండి. నుదురంతా అంటుకుంది. ఇక ఆమెకు ఏడుపొకటే తక్కువయ్యింది. ఈయన చేష్టలతో పిచ్చిదాన్నయిపోతానేమోనని ఆమెకు తన మీద తనకే భయం వేసింది.

ముఖం కడుక్కుంటూ, భర్త వేసే వేషాలకు అంతమెప్పుడాని బాధపడింది. 'ఈయన చేసే ప్రయోగాలతో అసలుకే-అంటే పెద్ద ప్రాణానికే-ఎసరొస్తుందేమో'నని ఆమె భయపడి చస్తూ ఉంటుంది. కానీ, ఆయన మాత్రం ఏమీ లక్ష్య పెట్టాడు.

ఒకసారెవరో తెల్లనివన్నీ విషాలేననీ, వాటిని మన ఆహారం నుంచి తొలగించాలని చెప్పారుట. ఇంకేముంది వెంటనే బ్రౌన్ రైస్ తినడం మొదలు పెట్టాడు. ఆయనకు ఉప్పు లేకుండా పప్పు, కూరలు తీసి పెట్టి, తన భాగంలో ఉప్పు కలుపుకుని కొన్నాళ్లు తిప్పలు పడింది ఆమె. కాఫీ, టీలు మానేసి గ్రీన్ టీ తాగడం మొదలు పెట్టాడు. కొన్నాళ్లకు అదీ వదిలి పెట్టేశాడు.

అలా వదిలి పెట్టాడని సంతోషించడానికి లేదు. ఆమె 'హమ్మయ్యా' అని ఊపిరి పీల్చుకుంటుందో లేదో, మరో డైట్ మొదలు పెడతాడాయన. ఓసారి పొద్దున్నే కొబ్బరి నూనె తాగడం మొదలు పెట్టాడు. అంతకుముందు వంటల్లోకి ఏ పల్లీ నూనో, మరోటో వాడే ఆవిడతో అవన్నీ బలవంతంగా మాన్పించేసి కొబ్బరి నూనే

వాడాలని కట్టడి చేశాడు. ఇక కూరలు, పోపులు.. అన్నిట్లోకి కొబ్బరి నూనే. ఆ వాసనంటేనే ఆమెకు కడుపులో దేవేది.

'వయసు మళ్లాక, ఈ వేవిళ్లేవిటిరా నాయనా' అనుకుంది. కానీ ఏం చేస్తుంది, శ్రీవారి ఆజ్ఞ అని పాటించింది. కాకపోతే, ఈ గొడవ మిగిలినవాటితో పోలిస్తే కాస్త తొందరగానే తీరింది.

ఈసారి కూడా ఆమె 'హమ్మయ్యా' అనుకునే లోగానే ఆయన మిల్లెట్లు పట్టుకుని బుల్లెట్‌లా దూసుకొచ్చాడు. మిల్లెట్లు.. అవే చిరు ధాన్యాలు ఆరోగ్యానికి సంజీవని లాంటివని సెలవిచ్చాడు. నాలుగైదు రకాల చిరు ధాన్యాలు కొనుక్కొచ్చాడు. వాటిన్నింటినీ చక్కగా స్టీలు డబ్బాల్లో పోశాడు.

అక్కడే వచ్చింది చిక్కు. నాలుగు రోజుల తర్వాత ఏ డబ్బా మూత తీసి చూసినా, ఏవి ఏమిటో అర్థం కాలేదు. రాగులు, కొర్రలు లాంటి ఒకట్రెండింటిని గుర్తుపట్టగలిగినా, మిగిలినవి తెలియక తికమక పడింది. భర్తగారి పరిస్థితి కూడా డిటో. ఊదలు, అరికెలు, సామలు, అండు కొర్రలు.. అసలు పేర్లే ఆమెకు సరిగా గుర్తు రావడం లేదు. ఆయనకు పేర్లు గుర్తున్నా, సరిపోల్చుకోలేకపోయాడు. ఆ సందర్భాన్ని ఆసరాగా చేసుకుని.. చివరాఖరిగా అప్పుడిక ఆమె నోరు తెరవాల్సి వచ్చింది.

"ఎరువులనీ, పురుగుల మందులనీ, రసాయనాలనీ.. అనేకం వాడి ఇబ్బడి ముబ్బడిగా పండించామని గొప్పలు పోయేదీ మనమే. ఫైన్, సూపర్ ఫైన్ రైస్ అంటూ వెంపర్లాడేదీ మనమే. పాలిష్డ్ పప్పులు గొప్పగా కొనుక్కునేదీ మనమే. వీటిని మానుకోకుండా, ఆరోగ్యం పేరిట ఈ పిచ్చివేషాలు వేయడమేంటి?" అంటూ చిన్న సైజు లెక్చర్ దంచి కడుపుమంట చల్లార్చుకుంది.

ఆ మాటలు ఆయన గారికి ఎంతవరకూ అర్థమయ్యాయో తెలీదుగానీ.. దోశలు పోస్తూ అట్లకాడ తిప్పుతూ ఆమె చేసిన అభినయం ఆయనకేదో హెచ్చరిక జారీ చేసింది. అతడు బేలగా చూసి 'సరే, మానేస్తాలే' అన్నట్టు తెల్ల జెండా ఊపేశాడు.

'మరో అవకాశం వచ్చినప్పుడు చూద్దాంలే' అన్నట్టున్న ఆయన వాలకాన్ని గమనిస్తూనే నాలిక కొంచెం బయట పెట్టి వెక్కిరిస్తూ సరసంగా నవ్విందామె.

అతడికీ నవ్వక తప్పలేదు.

11.12.2020

మల్లెతీగ మాసపత్రిక

# మనిషి

ఊరి చివర స్మశానం దగ్గరున్న బస్టాండ్‌లో తెల్లటి బట్టల్లో ఓ వ్యక్తి నిలుచుని ఉన్నాడు.

పదకొండు దాటుతున్నా, చివరి బస్సు రాకపోవడంతో విసుక్కుంటున్నాడు.

ఎండిన ఆకులు గాలికి కదులుతున్న శబ్దం తప్ప.. అంతా నిశ్శబ్దమే. ఇంతలో పక్కన అలికిడయ్యింది. రంగుల గళ్ల చొక్కా వేసుకున్న మరో వ్యక్తి అక్కడకు వచ్చాడు.

చాలాసేపట్నించి ఒక్కడే ఉన్నాడేమో, పక్కన మనిషి కనబడే సరికి మొదటి వ్యక్తి కాలక్షేపం కోసం పలకరించాడు.

"మాష్టారూ.. మీకు దెయ్యాలంటే భయం లేదా? అంత ధైర్యంగా వచ్చారు" అని అడిగాడు మొదటి వ్యక్తి.

రెండో వ్యక్తి నవ్వి "దెయ్యాలంటేనా? మనకెందుకు భయం?" అన్నాడు, చొక్కా కాలర్ ఎగరేస్తూ.

"అంటే, నేను తెల్ల బట్టలు వేసుకున్నా కదా, మీకు భయం వెయ్యడం లేదాని.." నవ్వుతూ మళ్లీ అడిగాడు మొదటి వ్యక్తి.

"నాకేం భయం. అయినా, దెయ్యాలు రంగుల బట్టలు వేసుకోకూడదని రూలేమైనా ఉందా?" అని ప్రశ్నించాడు రెండో వ్యక్తి.

"ఏమో, అన్ని కథల్లో, సినిమాల్లో దెయ్యాలు తెల్ల బట్టలే వేసుకుంటాయ్ కదా?" అన్నాడు మొదటి వ్యక్తి, అలాగే నవ్వుతూ.

"ఈ మనుషులంతేనండీ, వాళ్లకి కుళ్లు, మీరేం బాధపడకండి" అన్నాడు రెండో వ్యక్తి.

అంతే, మొదటి వ్యక్తి ముఖంపై నవ్వు హఠాత్తుగా మాయమైంది.

"ఈ మనుషులు అంటారేంటి? అంటే.. అంటే, మీరు మనిషి కాదా?" అన్నాడు పొడారిపోతున్న గొంతుతో తడబడుతూ.

దానికి గళ్ల చొక్కా వ్యక్తి "అక్కడికి మీరేదో మనిషైనట్టు.." అన్నాడు వ్యంగ్యంగా నవ్వుతూ.

దాంతో "అమ్మో.. అయితే నువ్వు దెయ్యానివా. నిన్ను తగలెయ్యా, నేను నిజంగా మనిషినేరా" అంటూ గావుకేకలు పెడుతూ, పరుగులంకించుకున్నాడు మొదటి వ్యక్తి.

11.12.2020

మే, 2022
సహరి.కామ్

# సుఖం

"సుఖం అంటే ఏంటి బైరాగీ?" అని అడిగాడతడు.

"మనకు లేదనుకునేదీ..ఎదుటోడికి ఉందనుకునేది సామీ.." అన్నాడు బైరాగి.

"నో.. దట్స్ రాంగ్. అండ్ ఆల్సో ఓల్డ్ సేయింగ్. మనకు ఉందనుకునేది, ఎదుటివాళ్లకు లేదనుకునేది సుఖమంటే" అన్నాడతను అదోలా నవ్వుతూ.

ఆ వెటకారపు నవ్వును గుర్తించినా; చెమట, జిడ్డు, కష్టం, అనుభవంతో బిగుసుకుపోయిన బైరాగి ముఖంలో ఏ భావమూ కదలాడలేదు.

నీకు మరో ఛాన్స్ ఇస్తున్నానన్నట్టు "సరే నౌ టెల్ మీ, డబ్బుంటేనే సుఖముంటుందా? డబ్బు లేకపోయినా సుఖపడొచ్చా? ఐ మీన్ డబ్బుకీ సుఖానికి సంబంధం ఉందా? లేదా?" అడిగాడతను.

చెదరని చూపులతో నిదానంగా చూశాడు బైరాగి. షార్ట్స్, టీ షర్ట్, మెడలో కెమెరా, చేతిలో ఐఫోన్ పట్టుకున్న ఎదుటి వ్యక్తి లోతులను కొలిచేట్టున్నాయి చూపులు.

"ఉన్నాదనుకుంటే ఉంది, నేదనుకుంటే నేదు.." అని ఒక నిమిషం ఆగాడు. "కానీ, ఇద్దరూ ఒకటే అనుకుంటారు" అన్నాడు.

"ఇద్దరెవరు? ఏమనుకుంటారు?" ఆతృతగా అడిగాడతడు.

ఆ ఆతృతను ఏమాత్రం పట్టించుకోకుండా, గొడుగును సవరించుకుంటూ ఉండిపోయాడు బైరాగి.

ఇంతలో బస్సు వచ్చింది.

◆ ◆ ◆

కాలిఫోర్నియాలో ఓ మారుమూల ఫిదర్ నది ఒడ్డున ఒంటరిగా నిలుచున్నాడతడు. గాలి చల్లగా వీస్తోంది. చుట్టూ అంతా నిశ్శబ్దం. అతనికి ఎందుకో ఆకలిగా అనిపించింది. పక్కనున్న బ్యాగ్ ఓపెన్ చేసి రామెన్ బురిటో తీసుకున్నాడు.

దాన్ని చూస్తేనే ఆకలి మరింత రెట్టింపు అయ్యింది. సున్నితంగా కొరికి దాని రుచిని ఆస్వాదిస్తూ దీర్ఘంగా నది అవతలి వైపుకు దృష్టి సారించాడు.

అతనికి తన గతం గుర్తుకువచ్చింది. తాను అక్కడికి వలస వచ్చిన తొలి రోజులు గుర్తుకు వచ్చాయి. ఎక్కువ డబ్బులు పంపమని ఇంట్లోవారిని అడుగలేక, వాళ్లు పంపిన డబ్బులు సరిపోక... చిన్న, చిన్న రెస్టారెంట్లలో రామెన్ బురిటో, రామెన్ బర్గర్, సుషిర్రిటో, ఫిష్ టాకోస్.. ఒకటేమిటి ఎన్నో చేశాడు. అలా చేసినందుకు వాళ్లు ఇచ్చే కొద్దిపాటి డబ్బులతో చిల్లర ఖర్చులు గడుపుకునేవాడు.

'ఎన్నేళ్లయిందో?'తనను తానే ప్రశ్నించుకున్నాడు.

'సుమారు పాతికేళ్లపైనే..' తనకు తానే సమాధానం కూడా చెప్పుకున్నాడు.

ఇంతలోనే ఎన్నో మార్పులు. 'నిజంగా మార్పులేనా?' మళ్లీ ప్రశ్నించుకుని, తనలో తనే నవ్వుకున్నాడు.

మార్పులు అనాల్సిన అవసరం లేదేమో. జస్ట్.. కాలగమనం, అంతే. అందరూ చకచకా కంపెనీలు మారిపోయేవారు. వాళ్ల జీతాలు పెరిగిపోతూండేవి. తననూ మారమని ఒకరిద్దరు అడిగారు. కానీ, ధైర్యం చేయలేకపోయాడు. తెలియని కొత్త దెయ్యాలతో వేగడం కంటే, తెలిసిన దెయ్యంతో సుఖం అని అతడి ఉద్దేశం. ఆ కంపెనీనే నమ్ముకుని అలాగే గొడ్డులా పనిచేస్తూ పోయాడు. అతని పనితనమో, వాళ్లావిడ అదృష్టమో.. అతనికి ఆ కంపెనీలోనే పెద్ద ప్రమోషన్ వచ్చింది. కాస్త ఊపిరి పీల్చుకుని ధైర్యంగా నిలబడగలిగే అవకాశం వచ్చింది.

కానీ, ఆ ధైర్యం ఎంతో కాలం నిలువలేదు. అంటే, ఉద్యోగాని కేమీ ప్రమాదం రాలేదు. వాళ్ల కుటుంబంలోకి కొత్త సభ్యుడు వచ్చాడు. కొడుకు పుట్టడంతో ఇక పరుగు పందెం మొదలైంది. ఒకవైపు పనుల వత్తిడిలో ఆమె, ఆమెకు సాయం చేస్తూ.. ఆఫీసు పనులు చూసుకుంటూ అతడూ-పరిగెడుతూనే ఉన్నారు. రెండు మూడేళ్లు గడిచేసరికి కాస్త స్థిమితపడే అవకాశం వచ్చింది. కుటుంబ జీవితాన్ని పరిపూర్ణంగా ఆనందించడం మొదలుపెట్టారు. వెకేషన్స్‌కి న్యూజిలాండ్, స్విట్జర్లాండ్ లాంటివన్నీ తిరిగారు. ఇంతలో ఆ కొత్త సభ్యుడికి మరొకరు తోడయ్యారు.

పూర్తిగా కుటుంబజీవితంలో కూరుకుపోయాక, ఎప్పుడో మర్చిపోయిన బంధువులందరూ గుర్తొచ్చారు. వాళ్లు, వాళ్ల పిల్లల చిన్నప్పటి ముఖాలు గుర్తొచ్చాయి. ప్రస్తుతం ఎక్కడుంటున్నారు? ఏమాత్రం వెనకేశారు? అనే ఆరాలు ప్రారంభించారు.

'చాలా బాగున్నాయ్, మీరు ఎప్పుడైనా ఇండియా వచ్చేస్తే.. మనందరం ఒక దగ్గరే కలిసి ఉండొచ్చు' అన్న బంధువుల మాటలతో అక్కడక్కడా నాలుగు ఫ్లాట్స్, ప్లాట్స్ కూడా కొన్నారు. ఫ్లాట్స్ అద్దెకు ఇచ్చి, ఆ అద్దె తమ బ్యాంకు అకౌంట్లలో పడేలా ఏర్పాటు చేసుకున్నారు. ఈ క్రమంలో బంధువులు ప్రేమగా మాట్లాడినా, తమకు డబ్బుంది కాబట్టే వారంతా అంత అప్యాయత కురిపిస్తున్నారని వీళ్లు అభిప్రాయ

పడ్డారు. కాస్త చనువుగా ఉంటే ఏ సహాయం కావాలని మీదపడతారోనని ప్రతి క్షణం దంపతులిద్దరూ అప్రమత్తంగానే ఉండేవారు.

ఓవైపు ఉద్యోగం ఒత్తిడి, మరోవైపు పిల్లల చదువుల ఒత్తిడి.. ఇవిగాక కూడబెట్టుకున్న ఆస్తులకు సంబంధించిన ఇబ్బందులు, బంధువులందరికంటే ముందుండాలనే పరుగుపందెంలో కాలం తెలియకుండా గడిచిపోయింది.

నడక అలవాటైపోయిన తరువాత నడవడం అనేదాన్ని ప్రత్యేకంగా గుర్తించనట్టే.. పరుగు పందెంలో పడ్డాక పరిగెడుతున్నామనే స్పృహ ఉండదు- అలిసిపోయినప్పుడు తప్ప.

ఇప్పుడు అతనికి అలసట స్పష్టంగా తెలుస్తోంది. అందుకు కారణం తను ఇన్నాళ్లు పరిగెట్టడం కాదు. తనలా పరిగెట్టని వాళ్లు, కనీసం.. నడవనైనా నడిచారో లేదోనని అనుమానించేవాళ్లు కూడా తనతో సమానంగా ఉండటాన్ని అతడు జీర్ణించుకోలేకపోతున్నాడు.

కొన్ని ఆలోచనలు మనసులోకి చొరబడ కూడదు. ఒకసారి చొరబడ్డాయా, అవి చెదలా నెమ్మదిగా నొప్పి తెలియకుండా మనిషిని తినేస్తుంటాయి.

'నేనెంత కష్టపడ్డాను. నేనెన్ని చంకలు నాకాను. ఎన్ని రాత్రులు నిద్రలేక, నిద్రపోలేక పొర్లాను. ఇంకెన్ని పగళ్లు పస్తులున్నాను. చాలీచాలని తిండితో, భవిష్యత్‌పై ఆధారాల్లేని ఆశలతో.. దేశంకాని దేశంలో అయోమయంగా ఎన్నాళ్లు, ఎన్నేళ్లు గడిపాను. ఆ కష్టాలకు సరిపడా సంపాదించాను. నీతిగా సంపాదించాను. నా పిల్లలు, వారి పిల్లలు హాయిగా బతకొచ్చు. అదొక తృప్తి. ఆ తృప్తితోనే ఇన్నాళ్లు మహా గర్వంతో విర్రవీగిపోయాను. ఎంతోమంది భయంతోనూ, భక్తితోనూ, ఆశ్చర్యంతోనూ.. పోనీ గౌరవంతోనూ తనకు దూరంగా నిలబడి ఉండేవాళ్లు. బంధువులు, స్నేహితుల కుటుంబాలతో పోల్చుకుంటే-వాళ్లలో చాలా కుటుంబాలు సంవత్సరానికి సంపాదించే దానికంటే రెండింతలు తాను ఒక్క నెలకే సంపాదిస్తాడు. తాను, తన కుటుంబం ఎంతో సంతోషంగా ఉన్నామని అనుకునేవాడు. మిగిలినవారి బీదార్పులు చూసి అసహ్యించుకునేవాడు.

అలాంటిది... ప్చ్.ఉన్నట్టుండి అంతా కూలిపోయింది. అంతా మారిపోయింది.' ఆలోచనలు అతడిని అతలాకుతలం చేస్తున్నాయి.

అతడు తన కూలింగ్ గ్లాసెస్ పైకెత్తి ఓసారి సూర్యుడివైపు సూటిగా చూశాడు.

అసంతృప్తి.. అసంతృప్తి.. నిలువెల్లా దహించేస్తోంది. విసురుగా చేతిలోని మిగిలిన నూడిల్స్ రోటీని విసురుగా విసిరేశాడు. అది సరిగ్గా వెళ్లి డస్ట్ బిన్ లో పడింది.

'దట్స్ మీ..' అనుకున్నాడతడు, కూలింగ్ గ్లాసెస్ కిందకు దించుకుంటూ.

'కానీ, కానీ.. ఇప్పుడెందుకు ఇదివరకటిలా ఎవరూ గుర్తించడం లేదు?

అందరికీ డబ్బుంటే చేదయిందా? లేక డబ్బులెక్కువయ్యాయా? అసలు వీళ్లందరికీ అంతంత డబ్బులెలా వచ్చాయ్?'

'హౌ ఇట్స్ పాజిబుల్?' అని బయటికే అంటూ కోపంగా కాలితో ఇసుకను తన్నాడు.

❖ ❖ ❖

"అబ్బో.. బాగానే ముస్తాబయ్యావుగా. బాగా జరిగిందా పెళ్లి. చీర బావుంది. జాకెట్ కూడా చాలా డిఫరెంట్‌గా ఉంది. ఎక్కడ కుట్టించావ్?" అని అడిగిందామె పనిమనిషిని.

దానికి పనిమనిషి సిగ్గుపడుతూ "బా జరిగిందమ్మా. చీర పాతదే అమ్మా. ఇంతకుముందోసారి కట్టినా. ఈ జాకెట్ మా ఇంటికాడ ఓకామె ఉంది. ఆమె కుడతాది" అంది.

"అది డిజైనర్ జాకెట్‌లా ఉంది. టు థౌంజడ్.. అదే రెండు వేలైనా అయ్యుంటుంది"

"ఊరుకోండమ్మా.. జాకెట్టు ముక్కకి అన్ని డబ్బులు మేమెక్కడెడతాం. తక్కువకే కుట్టింది" అంటూ పనిలో పడింది పనిమనిషి.

ఆమె రెండు చేతులెత్తి జుట్టు సవరించుకుంది.

అలా సవరించుకుంటు న్నప్పుడు ఆమె స్లీవ్ లెస్ చంకల్లోకి, నునుపైన భుజాల పైకి ఓసారి దృష్టిసారించింది పనిమనిషి. పనిమనిషి అలా చూడటం ఆమెకు తృప్తిని కలిగించింది. అది ముఖంపై చిన్న నవ్వుగా మెరిసింది. ఇంతలో పనిమనిషి మాప్‌తో తుడుస్తుండటంతో కాళ్లు రెండూ పైకి పెట్టుకుంది. అసలే వేసుకున్న నిక్కరు చిన్నది. అది ఇంకాస్త పైకి వెళ్లింది. పనిమనిషి అటువైపు ఒకసారి చూసి, కంగారుగా పైట సవరించుకుంటూ గబగబా తుడిచేసి బాల్కనీలోకి పారిపోయింది. ఆమె పెదవులు విడివడేట్టు నవ్వుకుంది.

పని ముగించుకుని వెళ్తున్న పనిమనిషి చేతిలోని ఫోన్ చూసి..

"ఏంటి కొత్త ఫోనా?" అనడిగిందామె.

"లేదమ్మా.. కింద ఫ్లోర్‌లో ఆమె కొత్త ఫోన్ కొనుక్కుంది. ఇది ఈడ పగిలిందిట, అందుకని నాకిచ్చేసింది" అంది.

"అవునా, అన్నట్టు మేం కొత్త ఫ్రిడ్జ్ తీసుకుంటున్నాం. ఇది ఎవరైనా తీసుకుంటారేమో చూడు"

"అంటే పైసలకా అమ్మా?"

"అవును, ఏం ఊరికే ఇచ్చెయ్యమంటావా?"

"మీ ఇష్టం అమ్మా. పక్కసందులో పెద్ద అపార్ట్‌మెంట్లున్నాయి కదమ్మా. అక్కడొక ఇల్లు చేసేదాన్ని. ఆయమ్మ యేరే వూరెళ్తూ, అక్కడ కొత్తది కొనుక్కుంటాం

అని పాతది నాకిచ్చేసినాది"

"బాగా పాతదేమో? పాడైపోయిందా?"

"లేదమ్మా.. ఐదేళ్లయితందంట వాడబట్టి. బావుంది. మీ దానికంటే పెద్దదమ్మా. రెండు డోర్లుంటాయి"

"పక్కపక్కనా" అంది, అంత ఖరీదైన ఫ్రిడ్జ్ ఫ్రీగా ఇచ్చేశారా అని ఆశ్చర్యపోతూ.

"లేదమ్మా, పైనా కిందా" అంటూ పనిమనిషి వెళ్లిపోయింది.

పనిమనిషి వెళ్లిపోగానే ఆమెకు ఓ సందేహం వచ్చింది.

'ఇప్పుడు దీనికీ నాకూ తేడా ఏంటి?' అని.

'అది చేసే పనులు తక్కువస్థాయి పనులుగా సమాజం భావిస్తుంది. కానీ, అదీ నాలాగే సుఖంగా ఉంది కదా. దానికి నా ఇల్లు కాకపోతే, మరో ఇల్లు దొరుకుతుంది. కానీ, నాకు ఈ ఉద్యోగం కాదంటే, మరో ఉద్యోగం..! దొరుకుతుంది. దొరక్కపోదు.. కానీ, ఖచ్చితంగా చెప్పలేం. అంటే, నాకంటే అదే సుఖంగా ఉన్నట్టు కదా?' ఆలోచనల తేనెతుట్ట ఆమెను నిలకడగా ఏ పనీ చేయనీయడం లేదు.

మొన్నెప్పుడో అపార్ట్‌మెంట్ క్లబ్ హౌస్‌లో విమెన్స్‌కి ఫిట్‌నెస్ కోసం జుంబా డాన్స్ పెడుతున్నారంటే వెళ్లింది. అక్కడికొచ్చిన ఒకావిడ పలకరించిన తీరు చూస్తే ఒళ్లుమండిపోయింది. నల్లగా, ఇంత లావున ఉందామె. జుంబా కాదుకదా, జీవితమంతా అరగదీసినా అంగుళం తగ్గే సూచనలు కనుచూపుమేరలో లేవు. కోపానికి కారణం ఆమె నల్లదనం కాదు.

ఎందుకంటే, యూఎస్‌లో బ్లాక్స్‌తో బాగానే ఉంటుంది. కానీ, ఇండియా వచ్చేసరికి తనకేదో ఆధిక్యం ఉన్నట్టు భావిస్తుంది. 'అఫ్టాల్ ఆమె ఇంటర్ ఫెయిల్. ఉద్యోగం, సద్యోగం లేదు. హోం మేకర్ అని గొప్పలు-పేరు గొప్ప, ఊరు దిబ్బలా. మరి ఇంత లగ్జీరియస్ట్ అపార్ట్‌మెంట్‌లోకి ఎలా వచ్చిందా'ని సందేహం వచ్చింది ఆమెకు. మొగుడు రియల్ ఎస్టేట్ చేస్తాడని, దానికితోడు ఓ వైన్‌షాపు కూడా ఉందని.. తరువాత వాట్సప్‌లో జరిపిన దర్యాప్తులో వెల్లడయ్యింది.

ఇంకొకామె ఈమెలాగే సాఫ్ట్‌వేరే. ఈమె 'పనిమనుషులతో పడలేకపోతున్నా, రోబో వాక్యూమ్ క్లీనర్ కొందామనుకుంటున్నా. అమెరికాలో అదే వాడేవాళ్లం' అని గొప్పగా చెబుతుంటే..

ఆమె ఈవిడ గొప్పనే మాత్రం లెక్క చేయకుండా 'ఆఁ నేనూ తీసుకుందామనుకున్నా, అమెజాన్‌లో చూసా'నంది.

ఇక ఈమె నోట మాట రాలేదు.

'కొందరి బలుపుకి గ్లోబలైజేషన్ కారణమైతే, మరికొందరి బడాయికి ప్రభుత్వ పథకాలు కారణం' అని ఆమె విశ్లేషించుకుంది.

'ఇన్నేళ్లు అందరికీ, అన్నిటికీ దూరంగా ఉండి ఈ స్థాయికి చేరు కుంటే.. వీళ్లేం

చేసారని నాతో సమానస్థాయికి చేరారు?' అవే ప్రశ్నలు మళ్లీ, మళ్లీ ఆమెను చుట్టుముట్టాయి.

❖ ❖ ❖

అందరికంటే ఎక్కువే సంపాదించామన్న తృప్తి, అంతకంతకూ ఉద్యోగంలో పెరిగిపోతున్న చాకిరీ పట్ల అసంతృప్తి, ఎదుగుతున్న కూతురు అమెరికా సంస్కృతిలో చెడిపోతుందేమో అన్న ఆందోళన అన్నీ కలిసి ఆ భార్యాభర్తలిద్దరూ అమెరికా నుంచి ఇండియా రావడానికి కారణమయ్యాయి.

'ఇంకా ఎంతకాలం? ఇప్పుడు కాకపోతే ఇంకెప్పుడు సుఖపడతాం' అన్నది వాళ్ల అంతరంగంలోని మాట.

బయటికి మాత్రం "నాన్నని ఎలాగూ చివరిరోజుల్లో సరిగ్గా చూసుకోలేక పోయాం. అమ్మనైనా జాగ్రత్తగా చూసుకుందామని వచ్చేశాం" అని చెప్పుకున్నారు.

ఇక్కడకు వచ్చి అందరినీ ప్రత్యక్షంగా చూశాక వాళ్లకు సుఖం మరింత దూరమైంది. సరిగా చదువుకోనివాళ్లు, నిర్దిష్టమైన పనితనం లేనివాళ్లు తమతో సమానంగా ఉండటం వాళ్లకి జీర్ణం కాలేదు.

అందుకే 'హౌ ఇట్స్ పాజిబుల్' అని అతడూ, 'వాళ్లూ నేనూ సమానమేనా?' అని ఆమె.. తమలోతాము ప్రశ్నించుకోవడమే కాదు, ఒకర్నొకరు కూడా ప్రశ్నించుకున్నారు, చర్చించుకున్నారు.

ఈ గందర గోళం నుంచి బయటపడినట్టు ఉంటుందని ఎప్పుడో వేరో ఊర్లో కొన్న స్థలం ఎలా ఉందో చూసొస్తానని బయల్దేరాడతడు. ఆ బస్సుల్లో పడి రాలేనని ఆమె ఇంటి దగ్గరే ఉండిపోయింది.

తన పనులు చూసుకుని వస్తుంటే, బస్టాండ్ దగ్గర తగిలాడు భైరాగి. మన వాళ్లు ఎన్ని దేశాలు తిరిగినా, ఎన్ని చదువులు చదివినా.. సాధు సంతుల పట్ల ఆసక్తి మాత్రం అలాగే ఉంటుంది. అందుకు అతడూ అతీతుడు కాదు. అందుకే, భైరాగితో మాటలు కలిపి తన మనసులోని మాట బైటపెట్టాడు. బస్సులో అతడి పక్కనే కూర్చుని సిటీకి వచ్చాడు.

పొద్దున్నే బస్సు దిగుతూనే భైరాగికి బాయ్ చెబుతూ ఓ సెల్ఫీ తీసుకున్నాడు. క్యాబ్ బుక్ చేసి, వాట్సప్ చూసుకుంటే తెలిసింది. అమ్మను తీసుకుని మావయ్య వచ్చాడని-అతడి భార్య మెసేజ్ పెట్టింది. అరగంటలో ఇంటికి చేరుకున్నాడు. మావయ్యను పలకరించి కుశల ప్రశ్నలు పూర్తిచేశాడు. తరువాత నెమ్మదిగా కుటుంబ విషయాల్లోకి వచ్చారు.

"మావయ్యా బావ ఎలా ఉన్నాడు?" అని అడిగాడు.

"బావా? బావ ఎవర్రా? వాడసలు గుర్తున్నాడా? పేరేంటో చెప్పు చూద్దాం" అన్నాడు మావయ్య.

అందరూ పిలిచే నిక్‌నేమ్ మాత్రమే తెలుసు. అసలు పేరు గుర్తు లేదు. అతడు చిన్నగా నవ్వి తలదించుకుని, సిగ్గుపడుతూ ఉండి పోయాడు.

"నువ్వు ఇండియా వచ్చి ఎన్నేళ్లయిందిరా? ఓ పెళ్లికి లేదు, ఫంక్షన్‌కూ లేదు. వచ్చినప్పుడైనా మీ పనులు మీవేగానీ నలుగురినీ కలిసిందెప్పుడు?" మావయ్య నిష్టూరమాడాడు.

ఈసారీ అతడు మౌనాన్నే ఆశ్రయించాడు. తల్లే కలుగజేసుకుంది.

"వాడు మాత్రం ఏంచేస్తాడు? వాళ్ల ఉద్యోగాలు అలాంటివి మరి" అని కొడుకును వెనకేసుకొచ్చింది.

బాగోదని అన్నట్టుగా ఉంది గానీ ఆ మాటలు తల్లి మనస్ఫూర్తిగా అంటున్నట్టు అనిపించలేదతడికి.

మావయ్య తనను తాను కాస్త సంబాళించుకని "బానే ఉన్నాడు. నీలాగే ఇంజినీరింగ్ చేశాడు. మీ నాన్నకు శక్తి ఉంది కాబట్టి నిన్ను అక్కడికి పంపించాడు. నాకంత లేదు. వాడి ప్రయత్నాలేవో చేశాడు. కానీ, అవి కలిసి రాలేదు. దేనికైనా డబ్బు కావాలిగా. అంత డబ్బు ఎక్కడ్నించి వస్తుంది? ఒక ప్రైవేట్ కాలేజీలో లెక్చరర్‌గా చేరాడు. ఇద్దరు పిల్లలు. వాళ్లూ పెద్దవాళ్లయిపోయారు-మీ పిల్లల్లాగే. దేవుడి దయవల్ల బానేవున్నారు" మావయ్య దీర్ఘంగా చెప్పుకుపోయాడు.

'నిజమా మావయ్యా,అన్నిటికీ డబ్బు కావాలా?'అని అడుగుదామనుకున్నాడు.

మళ్లీ అతడిని తన ఆలోచనలు చుట్టుముట్టాయి.

'నా జీతంలో బావ జీతం ఎన్నో వంతో? అయినా, వాడూ, వాడి భార్యా, పిల్లలూ అంతా హాయిగానే ఉంటారు. అదెలా సాధ్యం?' మళ్లీ అదే ప్రశ్న అతడిలో మెదిలింది.

"సొంత ఫ్లాటేనా మావయ్యా, బావది" అని అడిగాడు.

"ఆ సొంతమేరా, నీకున్నన్ని లేవుగాని. ఉండటానికొకటుంది. ఉద్యోగం చేస్తూనే ఏవో ఇన్స్యూరెన్స్‌లు అవీ చేయించి, ఆ రియలెస్టేట్ వాళ్లకి స్థలాలు అవీ అమ్మి పెట్టి- వాడూ ఓ ఫ్లాట్ కొనుక్కున్నాడు. పెన్షన్ లేని ఉద్యోగం కదా, వృద్ధాప్యంలో అక్కరకొస్తుందని.."

మావయ్య ఇంకా ఏదో చెబుతుంటే "పిల్లల చదువులకు కూడా కావాలి కదండీ" అంది అతడి భార్య.

"పిల్లల్దేముందిలేమ్మా, బానే చదువుకుంటున్నారు. అప్పుడంటే ఓ పుంజీడుమంది ఉండేవాళ్లు. అవకాశాలూ తక్కువే. ఇప్పుడో... అమెరికా అనేమిటి అన్ని దేశాల్లోనూ మనవాళ్లే. వాట్సప్పులు, ఫేస్ బుక్కులు, పరిచయాలు బానే ఉన్నాయిలే. ఏయే యూనివర్సిటీలు మంచివో, ఎక్కడ ఏ అవకాశాలు ఉన్నాయో పిల్లలకే తెలుసు బాగా.." అన్నాడు మావయ్య.

ఇంతలో తల్లి అందుకుని కాస్త లోగొంతుతో "మనమని ఏమిటిలే.. అందరూ వెళ్తున్నారు. అక్కడ మన ఇంట్లో పనిచేసే దాని కొడుకు కూడా జపాన్ వెళ్లాడుట. మీ బావ ఇంటి దగ్గరుండే క్యాబ్ డ్రైవర్ కొడుకు ఇవాళో, రేపో ఆస్ట్రేలియా వెళతాడుట" అంది.

అక్కా తమ్ముళ్ల మాటలకి భార్యాభర్తలిద్దరూ ముఖాలు చూసుకున్నారు. 'అందరూ ఇలా సులువుగా సుఖపడిపోతుంటే, మరి తామెందుకు అంత కష్టపడినట్టు?' ఇద్దరిలోనూ మళ్లీ అదే ప్రశ్న.

వెంటనే అతడికి భైరాగి మాటలు గుర్తొచ్చాయి. ఆ విషయం భార్యకు చెప్పాలనుకున్నాడు. సాలోచనగా ఆమె వైపు చూశాడు. చూపులను అర్థం చేసుకున్న ఆమె నెమ్మదిగా గదిలోకి నడిచింది.

"అమ్మా, నువ్వా మాట్లాడుతూండండి మావయ్యా. నేనిప్పుడే వస్తా"నని తనూ లోపలికెళ్లాడు.

పనిమనిషి బడాయి గురించీ, పొరుగువాళ్ల ఆర్భాటం గురించి భర్తకు చెప్పి తన అసంతృప్తిని చల్లార్చుకోవాలనుకుందామె. ఆమె మాటలను మధ్యలోనే అడ్డుకుంటూ, "మన అసంతృప్తికి కారణం కనిపెట్టా"నంటూ మంచం మీద అడ్డంగా ఒరిగాడు.

ఆమె తలుపు వైపు చూసింది. దగ్గరగా వేసి వుంది. పూర్తిగా వేస్తే బాగోదని, అలానే వుండనిచ్చి.. ఆమె అతడిపైకి ఎక్కి, బోర్లా పడుకుని, ముఖం మీద ముఖం పెట్టి 'చెప్పు' అన్నట్టు కళ్లెగరేసింది.

'ఈ పెపంచకంలో ఇద్దరే ఉన్నారు, ఉన్నోళ్లు, లేనోళ్లు. డబ్బున్నోడు డబ్బుంది కాబట్టి సుఖంగా ఉన్నాననుకుంటాడు. లేనోడు కూడా డబ్బున్నాడే సుఖంగా ఉంటాడని అనుకుంటాడు. కానీ, ఇయేటీ కాదు సామీ.. పోలికే అనర్థం. ఏటి? అర్థమైతందా? ఎవరి సుఖం వాళ్లకుంటాది, ఎదుటోళ్లతోని పోలికే దుఃఖానికి హేతువు. ఆ పోలికే నేకపోతే అంతా సుకమే సామీ' అన్న భైరాగి మాటలను వివరించాడు.

ఆ మాటలు ఇచ్చిన తాత్కాలిక సంతృప్తో లేక నాలుగు రోజుల తర్వాత వచ్చిన భర్తపై విరహమో.. ఆమె ఇంకేమీ మాట్లాడలేదు.

"అంతే అంటావా? హౌ సింపుల్ ఇటీజ్.." అంది, మూతిని సున్నాలా చుడుతూ.

ఆ సున్నాపక్కన ఏదైనా చేర్చి దాని విలువ పెంచాలని ఆమెను దగ్గరగా తీసుకున్నాడతను.

వాళ్ల మధ్యకి మళ్లీ సుఖం నిశ్శబ్దంగా చొరబడింది.

*31.12.2020* — *ఏప్రిల్, 2022*

స్వాతి మాసపత్రిక

# సామూహిక స్వప్నం

అది పల్లె కాదు. అలాగని పట్నమూ కాదు. పట్టణానికి దగ్గరగా ఉండి, దానిలా మారడానికి శతవిధాలా ప్రయత్నిస్తున్న ఓ టౌన్ అనుకోవచ్చు. మెయిన్ రోడ్డంతా షాపులతో, షాపింగ్ చేసేవారితో కిటకిటలాడుతోంది. రోడ్డంతా చిందర వందరగా వాహనాలు పార్క్ చేసి ఉన్నాయి. ఎవరికి ఎక్కడ తోస్తే, అక్కడ బైక్‌లు, కార్లు నిలిపేసి షాపింగ్ చేస్తున్నారు.

ఆయన మాత్రం తన కారుని కాస్త దూరంలో రద్దీగా లేని ఒక సందులో, పక్కకు పార్క్ చేసి నడుచుకుంటూ అక్కడి వరకూ వచ్చాడు. ఈ రద్దీ అంతా చూస్తూ 'ఒకప్పుడు ఎలా ఉండేది?'అని ఆలోచనల్లోకి వెళ్లాడు.

అప్పుడూ అది మెయిన్ రోడ్డే. కానీ, ఇంత రద్దీ ఏమీ ఉండేది కాదు. దుకాణాలేవీ ఇలా కిటకిటలాడేవి కాదు. అన్నట్టు రోడ్డు కూడా అప్పట్లో చాలా సన్నగా ఉండేది. అయినా, వాహనాల రాకపోకలకు ఎటువంటి ఇబ్బందీ ఉండేది కాదు. ఇప్పుడు రోడ్డు వెడల్పయినా, అంగుళం ఖాళీ లేకుండా ఉంది. రెండేసి, మూడేసి అంతస్తుల్లో బట్టల దుకాణాలు, ఒక కార్ల షోరూం, ఆ పక్కన ఏటీఎంలు, ఇంకోపక్క వెజ్, నాన్ వెజ్ హోటల్.. అన్నీ కిటకిటలాడుతూనే ఉన్నాయి.

అతడు ఆ దుకాణాల మధ్య నున్న ఓ సందులోంచి లోపలికి వెళ్లాడు. కాస్త దూరం వెళ్లగానే ఓ ప్రభుత్వ కార్యాలయం కనిపించింది. విశాలమైన ఆవరణలో చెట్లు, అవి రాల్చిన ఆకులు, కూలిపోతున్న ప్రహారీ గోడ, ఎప్పుడో ఏళ్ల క్రితం కిందమట్టిలో కూరుకుపోయిన ఇనుపగేటు చూస్తే.. అది ప్రభుత్వ కార్యాలయమని ఎవరికైనా సులువుగానే తెలిసిపోతుంది. మెయిన్ రోడ్డు మీది హంగు, ఆర్భాటాలకీ; దీనికీ ఏమాత్రం పొంతన లేకపోవడం అతడికేమీ ఆశ్చర్యం కలిగించలేదు.

నెమ్మదిగా ఆయన ఆ ఆవరణలోకి ప్రవేశించాడు. కాళ్లకి షూ, మంచి డ్రెస్, గాంభీర్యంతో నిండిన ముఖం, చురుకుగా కదిలే కళ్లు, వయసును సూచించే బట్టతల చూసి చాలామంది ఎవరో ఆఫీసర్ వచ్చారని కంగారుపడ్డారు. క్షణాల్లో సిబ్బంది అంతా అప్రమత్తం అయ్యారు.

వాళ్లనుకున్నట్టు ఆయన పెద్ద ఆఫీసరే. కాకపోతే, వాళ్ల డిపార్ట్‌మెంట్ కాదు. దాంతో ఆ క్లర్కులంతా ఊపిరి పీల్చుకున్నారు. అయినా, గౌరవంగానే చేతులు దగ్గరగా పెట్టుకుని నిలబడి.. ఆయన అడిగినవాటికీ, అడగని వాటికీ ఏవో చెబుతున్నారు.

ఆయన వారి మాటలను నిశ్శబ్దంగా వింటూ, కాసేపాగి..

"ఏమైనా ఊరు చాలా మారిపోయింది" అన్నాడు.

"చాలానా ఏంటి సార్? చాలా, చాలా మారిపోయింది"

"ఇంతకు ముందు ఒక్క గవర్నమెంట్ స్కూలు ఉండేది. ఇప్పుడు రెండు, మూడు పెద్ద స్కూల్స్; ఒకట్రెండు కాన్వెంట్లు కూడా వచ్చాయి"

"అప్పుడు ఎక్కేవారున్నా.. పొద్దున, సాయంత్రం తప్ప బస్సు వచ్చేదే కాదు. ఇప్పుడు ఎక్కేవాళ్లు లేక ఆ బస్సును కూడా ఆపేసారు, సార్"

"కారులు మరీ ఎక్కువేం లేవుగానీ, అందరూ బైక్‌లకు అలవాటు పడిపోయారు మరి"

"ఒకప్పుడు అమ్మేవాడూ ఉండేవాడు కాదు, కొనేవాడూ ఉండేవాడు కాదు. ఇప్పుడు కొనడానికి ఎగబడిపోతున్నారు. అయినా, ఎక్కడా గజం జాగా దొరకడం లేదు. రేట్లు అట్లా వేలల్లోకి పెరిగిపోయాయి"

ఇలా, అందరూ తలో ఒక మాట చెబుతున్నారు. ఉన్నట్టుండి అక్కడి అటెండర్ ఉత్సాహంగా ముందుకొచ్చాడు.

"ఇప్పుడు మనూర్లో రెండు కొత్త థియేటర్లు వచ్చాయండి. పెద్ద హీరోల బొమ్మలు కూడా ఫస్ట్ రిలీజ్ పడుతున్నాయ్" అంటూ చెప్పి 'ఇంత ముఖ్యమైన విషయం చెప్పలేదేం' అన్నట్టు అందరి ముఖాల్లోకి చూశాడు.

అటెండర్ ఉత్సాహానికి కంగారుపడిన అక్కడివారందరూ ఆ ఆఫీసరుగారి ముఖంలోకి చూశారు. గంభీరంగా, బిగుసుకుపోయి వున్న ఆయన ముఖంలో వారికి ఏ భావమూ కనిపించలేదు. నల్లటి కళ్లజోడు కూడా ఆయన భావాలను దాచేస్తోంది. వారి ఆతృతను పసిగట్టిన ఆ ఆఫీసర్ గారు గొంతు విప్పారు.

"అవును ఊరు చాలా మారిపోయింది. గుడిసెలు, పెంకుటిళ్ల స్థానాల్లో మేడలొచ్చాయి. ఫ్యాషన్లు, వాటిని అందించే బట్టల దుకాణాలు వచ్చాయి. సైకిళ్ల

మీద తిరిగేవారంతా ఇప్పుడు బైక్‌లపై తిరుగుతున్నారు. అవకాశం వచ్చినవారు కార్లలో ఊరేగుతున్నారు. ఫొటో స్టూడియోలు, మొబైల్ షాపులు, ఆఖరికి టీవీలు, వాషింగ్ మిషన్‌లు అమ్మే షాపులు కూడా వచ్చాయి. మనుషులు మారారు, ఊరు మారింది. కానీ గ్రంథాలయమే ఏమాత్రం మారలేదు" అన్నాడాయన.

ఆ చివరి వాక్యం తప్ప.. అందరికీ అంతా అర్థమైంది. చివర్లో అన్నదేమిటో తెలీక ఒకరి ముఖాలు ఒకరు చూసుకున్నారు. అటువంటి పరిస్థితి ఆయనకు కొత్తేమీ కాదు. అందుకే ఆయన అదే ఆవరణలో ఓ పక్కన కూలిపోడానికి సిద్ధంగా వున్న రెండు గదుల కట్టడంవైపు చూస్తూ..

"లైబ్రరీ అండీ. లైబ్రరీల్లో మాత్రం ఏ మార్పు రాలేదు.. అంటున్నా" అన్నాడు.

'ఓహో లైబ్రరీయా' అన్నట్టు అందరూ ఓసారి ఊపిరి పీల్చుకున్నారు.

వెంటనే 'ఈయనేంటి లైబ్రరీ గురించి మాట్లాడతాడు. అది కూడా ఈయన డిపార్ట్‌మెంట్ కిందకి రాదుగా..' అని ఆలోచనలో పడ్డారు.

వాళ్ల ఆవరణలోనే ఉన్నప్పటికీ ఎప్పుడూ ఆ లైబ్రరీకి వెళ్లిన జ్ఞాపకం వారెవరికీ లేదు. అక్కడ లైబ్రేరియన్‌గా పనిచేసే ఆవిడ మాత్రం వీళ్లకి ముఖపరిచయమే. ఆవిడా ఈ ఏడో, వచ్చే ఏడో రిటైర్ అవుతుందన్నట్టు కనబడుతుంది. కానీ, ఆమెకు ఇంకో నాలుగేళ్లపైనే సర్వీసు ఉంది. ఎవరు వచ్చినా, రాకపోయినా ఇప్పటికీ సమయానికి లైబ్రరీ తెరుస్తుందావిడ. ప్రత్యేకంగా శుభ్రం చేసేందుకు ఎవరూ లేకపోవడంతో, ఆవిడే.. ఓపికున్నప్పుడు ఆకులు, చెత్తా ఓ పక్కకు తుడిచిపెడుతుంది. పేపర్ల మీద స్టాంపులు వేస్తుంది. వార, పక్ష, మాస పత్రికల వివరాలు పుస్తకంలో నమోదు చేసుకుని టేబుల్ మీద పెడుతుంది. ఏ ఒక్కరో, ఇద్దరో ఎప్పుడయినా.. ఏదో పొరపాటున వచ్చినట్టు వస్తారు.

పొద్దునపూట అయితే ఫర్వాలేదు. సాయంత్రం చీకటి పడుతుంటే ఆమెకు భయం వేస్తుంది. పురుగూ, పుట్రా వుంటాయని. ఉండటానికి రెండు బల్బులు ఉన్నాయి. వెలుగుతాయి కూడా. కానీ, వాటివైపు చూస్తే తప్ప అవి వెలుగుతున్నాయని ఎవరికీ తెలీదు. అదీ అవి పంచే వెలుగు స్థాయి.

అలాగే, వర్షాకాలం అయితే ఇక చెప్పనే అక్కర్లేదు. ఏ చెట్టు కిందైనా తడవకుండా నిలబడొచ్చేమోగానీ, ఆ లైబ్రరీ గదిలో తడవకుండా నిలబడటం సహదేవుడికి కూడా సాధ్యం కాదు. అంతేకాదు, వర్షాకాలంలో ఆ లైబ్రరీ నుంచి బయటకు రావడమే కాదు, లోపలకు వెళ్లడం కూడా అభిమన్యుడికి సైతం సాధ్యం కాదంటే అతిశయోక్తి కాదు. ఎందుకంటే, ఓ ఫర్లాంగు దూరం నీళ్లు నిలిచి వుంటాయి. వాటి మధ్య నుంచి వరుసగా వేసిన రాళ్ల మీద నుంచి తొణక్కుండా జాగ్రత్తగా లైబ్రరీ

దగ్గరకు చేరుకోవాలి. ఇక పుస్తకాలు తడవకుండా కాపాడటానికి ఆమె పడే పాట్లు చెప్పనలవి కావు. మొదట్లో పుస్తకాలన్నిటినీ ఓ దగ్గర కుప్పపోసి, వాటిపై ప్లాస్టిక్ కవర్లు కప్పి తిప్పలు పడేది. తర్వాత అల్మారాలు వచ్చాయి. దాంతో ఆమెకు కొంత శ్రమ తప్పింది. అన్ని కష్టాలు పడి ఆ గ్రంథాలయాన్ని సాదుకుంటూ వస్తున్నా.. ఆమెను గానీ, ఆ గ్రంథాలయాన్నిగానీ పట్టించుకునే నాథుడే లేడు. ఆ గ్రంథాలయం ఊరి నడి మధ్యలోనే ఉన్నా దాని ఉనికి ఊరివారి ఊహలోకి కూడా రాదు.

ఇన్నాళ్లకు ఈ ఆఫీసరు వచ్చారు. కాసేపటికి లైబ్రేరియన్‌గా పనిచేసే ఆవిడ కూడా వచ్చింది. ఈయనను చూసి మొదట కంగారు పడింది, ఏదైనా ఇన్స్‌పెక్షన్‌కు వచ్చాడేమో అని. నెమ్మదిగా వివరాలన్నీ తెలుసుకుని ఆశ్చర్యచకితురాలయ్యింది.

“నేను ఈ దగ్గర్లో ఉన్న పల్లెటూరి నుంచి ఎదిగినవాడిని. అప్పట్లో మా స్కూలు, ఈ లైబ్రరీ కళకళలాడుతూ ఉండేవి. అలాగని, మా స్కూల్లో సకల సౌకర్యాలు ఉన్నాయని కాదు. కానీ, ఇప్పటికంటే ఘనంగా ఉండేది. ముఖ్యంగా టీచర్లు చాలా శ్రద్ధగా పాఠాలు చెప్పేవారు. కాస్త బాగా చదువుతారనుకునే వారికి మంచి సలహాలు ఇచ్చి ప్రోత్సహించేవారు. తెలుగు, ఇంగ్లీషుసార్లే నాకు ఈ లైబ్రరీ గురించి చెప్పింది. నా దగ్గర సైకిల్ కూడా లేదు. నా స్నేహితుడి దగ్గరుండేది. వాడిని ఎక్కించుకుని మా ఊరి నుంచి ఇక్కడికి, ఇక్కడి నుంచి మా ఊరికి నేనే తొక్కేట్టుగా ఒప్పందం చేసుకుని ఇద్దరం వచ్చేవాళ్లం. మొదట్లో పిల్లల పుస్తకాలు, కథలు చదివేవాళ్లం. కొంచెం పెద్దయ్యాక పేపర్లు చదవడం, జనరల్ నాలెడ్జ్ పెంచుకోవడం మొదలెట్టాం. కాలేజీకి వచ్చాక కాంపిటేటివ్ ఎగ్జామ్స్ ప్రిపేర్ కావడానికి కూడా నాకు ఈ లైబ్రరీయే ఎక్కువ సహాయపడింది. ఒక నోట్‌బుక్ తెచ్చుకుని ముఖ్యమైన విషయాలన్నీ అందులో రాసుకునేవాడిని. అలా చదవబట్టే పట్టణాల్లో ఇంగ్లీషు మీడియం చదివే వాళ్లతో పోటీపడి పరీక్షల్లో గెలిచా. మంచి ఉద్యోగం సంపాదించుకున్నా. నేనూ రిటైర్మెంట్‌కు దగ్గరపడుతున్నా. నేను చదువుకున్న స్కూల్‌కీ, ఈ లైబ్రరీకీ ఏమైనా చేయాలని ఎప్పటి నుంచో అనుకుంటున్నా. కానీ, ఉద్యోగపు ఒత్తిళ్లు, సంసారం, పిల్లల చదువులు అలా ప్రవాహంలో కొట్టుకుపోయా. ఇన్నాళ్లకు కుదిరింది. నేను చేసే పనికి, నాతోపాటు చదువుకున్న స్నేహితులు కూడా తోడ్పాటు అందిస్తామన్నారు” అంటూ సుదీర్ఘంగా తన రాక వెనుక రహస్యాన్ని వివరించాడు ఆయన.

అంతా విని ఆమె కూడా చాలా సంతోషించింది. కానీ, దశాబ్దాలుగా అలవాటైన నిర్లిప్తత ఆమెను ముంచెత్తింది.

“సాధారణంగా ఎన్నికల్లో ఇలాంటి హామీలు వింటూ ఉంటామండి. ఏదో

ఉద్ధరిస్తామని, ఏదో చేసేస్తామని.. అరచేతిలో వైకుంఠం చూపిస్తారు. కానీ, లైబ్రరీలు కనీసం అటువంటి వాటిలో కూడా చోటు దక్కించుకోలేకపోతున్నాయి. అవే పాతకాలం పత్రికలు వస్తున్నాయి. అవి కూడా కొన్నే. మరికొన్నిటికి చందాలు పునరుద్ధరించక పోవడంతో ఎప్పుడో ఆగిపోయాయి. ఇప్పటి యువతరాన్ని రప్పించాలంటే కొత్త పత్రికల అవసరం-ముఖ్యంగా కాంపిటేటివ్ ఎగ్జామ్స్‌కి పనికొచ్చేవి చాలా అవసరం. అయినా, ఏదో మన తాపత్రయంగానీ అన్నీ అరచేతిలోని మొబైల్ ఫోన్‌లో దొరుకుతుంటే ఇక్కడికి ఎవరొస్తారండీ" అందామె.

"రావాలి.. వచ్చేట్టు చేయాలి. అనుకుంటున్నారుగానీ.. అందరికీ మొబైల్స్ అందుబాటులో లేవు. ఉన్నా.. వాటి కోసం డేటాకి చాలా ఖర్చవుతుంది. అంతకంటే, ఇక్కడ ఉచితంగా లభించే జ్ఞానం చాలా విలువైనదని వాళ్లకు తెలిసేట్టు చేయాలి. కేవలం పుస్తకాలే కాదు. ఒకట్రెండు కంప్యూటర్లు కూడా పెట్టి, వాటికి ఇంటర్నెట్ కనెక్షన్ ఇద్దాం. ఆన్‌లైన్‌లో చదువుకోవలసినవాటిని ఇక్కడే చదువుకుంటారు. ఆన్‌లైన్‌లో అప్లై చేసుకువాల్సి వుంటే ఇక్కడి నుంచే చేసుకుంటారు. ఎందరికో ఉపయోగకరమైన విజ్ఞాన ఖనిని ఇలా వదిలేయకూడదు" అంటూ ప్రణాళికలన్నీ వివరించాడాయన.

"'కానీ, ప్రభుత్వం వారు.." అంటూ ఆమె ఏదో చెప్పబోయింది.

"నాకన్నీ తెలుసమ్మా. అన్నీ ఆలోచించుకునే వచ్చా. కేవలం పాఠశాలలు, గ్రంథాలయాల పునరుద్ధరణే లక్ష్యంగా కొంతమంది స్నేహితులం ఒక బృందంగా ఏర్పడ్డాం. అందరం ప్రభుత్వ ఉన్నతోద్యోగాల్లో ఉన్నవాళ్లమే. కాబట్టి, మీరు మీ వైపు నుంచి ప్రపోజల్స్ పంపండి. అవి ఆమోదం పొందేలా, గవర్నమెంట్ నుంచి నిధులు వచ్చేలా మేం చూసుకుంటాం. అంతేకాదు, ప్రభుత్వ నిధులు పూర్తిగా మనం అనుకున్నవి చేయడానికి సరిపోవు. అందుకు అవసరమైన మిగిలిన మొత్తాన్ని కూడా మేం అందిస్తాం.." అంటూ ఆయన ఇంకా చెబుతూనే ఉన్నాడు.

కానీ, ఆమెకు ఇంకేమీ వినిపించడంలేదు.

'ఎన్నాళ్లకు.. కాదు, కాదు ఎన్నేళ్లకు.. ఇలా ఒకరు వచ్చి, ఈ గ్రంథాలయంపై శ్రద్ధచూపిండం' అని అనుకుంటుంటే ఆమెలో ఆనందం ఉరకలేసింది. గతంలో ఎప్పుడో నూటికో, కోటికో ఒకరు వచ్చినా.. గ్రంథాలయాల ఆవశ్యకత గురించీ, ప్రాధాన్యత గురించీ ఉపన్యాసాలు దంచేవారు తప్పితే రూపాయి విదిల్చేవారు కాదు. మరికొందరైతే తమకు అక్కర్లేని పుస్తకాలేవో పట్టుకొచ్చి అక్కడ పడేసి, గొప్ప సహాయం చేసేసినట్టు ఫొటోలు తీసుకుని సోషల్ మీడియాలో ప్రచారం చేసుకునేవారు. ఆయన నమ్మకంగా చెబుతున్న మాటలు, ప్రణాళికా బద్ధమైన వ్యూహం ఆమెను భావోద్వేగానికి గురిచేశాయి. ఆమె కళ్లు చెమ్మగిల్లాయి.

ఆ చెమ్మగిల్లిన కళ్లు ఆయన కంటి చూపును తప్పించుకోలేదు. ఎందుకంటే, ఆయన అదే భావోద్వేగంతో ఉన్నాడు కాబట్టి.

వారి కళ్ల ముందు.. సున్నాలతో, రంగులతో, అద్దాల అల్మారాలతో, కొత్త పుస్తకాలు, కొత్త టేబుళ్లు, కుర్చీలతో; మరీ ముఖ్యంగా జనంతో కళకళలాడుతున్న గ్రంథాలయం నిలిచింది.

వారి కలలు ఒక సామూహిక స్వప్నంగా ఆవిష్కృతమవ్వాలని, ఆ గ్రంథాలయం ఆధునిక దేవాలయంగా వెలుగొందాలని దీవిస్తూ బయటవున్న బాదం చెట్టు ఆకులు రాల్చి గలగలమని దీవించింది.

*31.03.2021*

*జనవరి, 2022*
*ఏపీ గ్రంథాలయ సర్వస్వం*

# ఇగటం

అదేమీ మహా నగరం కాదు. పోనీ, ఓపాటి సిటీ కూడా కాదు. అలాగని పల్లెటూరనుకునేరు. ఆ ఊరికి ప్రధాన రహదారి అయిన విశాలమైన తార్రోడొకటుంది. ఆ రోడ్డు మీదే ఓ మల్టీప్లెక్స్ థియేటర్ ఉంది. ఒకట్రెండు చిన్నాపెద్దా మాల్స్ ఉన్నాయి. అలాంటి ఓ మాల్‌కు ఎదురుగా వున్న ఒక వీధి చివరలోకి గంప నెత్తినెట్టుకుని వచ్చింది ముసల్ది.

పండిన జుట్టు, ముడతలు పడ్డ ముఖం, ముక్కుకి నత్తు, చెవులకు తమ్మెలు, జాకెట్టు ఎరుగని చీర, కాళ్లకు అంతలావు కడియాలతో ఒక్క క్షణం నిలబడింది. ఆమెనీ, గంపనీ వేర్వేరుగా చూస్తే.. అంత బరువు ఆమె మోయగలదని ఎవురూ అనుకోరు. కానీ కాలం విసిరే సవాళ్లను మొండి ధైర్యంతో ఎదుర్కొనేప్పుడు ఎంత బలమైనా వొస్తాదనడానికి ఆ అవ్వే నిదర్శనం.

"ఏటే, ముసలీ అప్పుడే ఎలిపొచ్చినావా?" అంటూ పరిగెట్టుకుంటూ వచ్చాడో గుంటడు. వచ్చి గంపను జాగ్రత్తగా పట్టుకుని కిందకి దించడంలో సాయంజేశాడు. గంప దించిన వెంటనే ముసల్ది దీర్ఘంగా నిట్టూర్పు విడిచి, తల మీది గుడ్డ తీసి దులిపింది.

గుంటడు వెనక్కు తిరిగేసరికి మరో ముసిల్ది గంపతో నిలబడి కనిపించింది.

"మీరేటే కూడబలుక్కున్నట్టు ఎప్పుడూ ఒకే టయానికి కరెట్టుగా వచ్చెత్తారు?" అంటూ ఆ గుంటడు ఆమె నెత్తి మీద గంపను కూడా అందుకుని కిందికి దించాడు. ఈ గంపేమీ అంత బరువు లేదు.

వచ్చినంత వేగంగానే ఆ గుంటడు వెళ్లిపోయాడు.

ముసలాళ్లిద్దరూ పనిలో పడ్డారు. ఓ ముసల్ది గోనంకేం పరిస్తే, మరో ముసల్ది ప్లాస్టిక్ షీటు పరిచింది.

"ఏటే.. మరీ నా మీదకొచ్చి ఎట్టెయ్యే. ఏడ జాగలేనట్టొచ్చి నా వళ్లోన

దూరిపోతన్నావ్" అంది మొదటి ముసల్ది పెద్దగా అరుస్తూ.

"ఓలమ్మా.. నీ మీదకేడొచ్చినానే. అయినా, వోసన పడని దాన్లా ఏం ఏసికాలేత్తన్నావే" అంది రెండో ముసల్ది, మరింత గొంతు పెంచి.

"వోసనొత్తంటే, కొంతమంది ఈ దిక్కేరారని నేనంతంటే.. అర్థంకాదేటే, ఎర్రి బేపిలా మీదడిపోతన్నావ్" అంది మొదటి ముసల్ది, ఆకు కూరలు, కాయగూరలు వంతులుపెడుతూ.

"నేను బేపినయితే, నువ్వేటే.. మాటలు తిన్నగ రానీయే" అంటూ, రెండో ముసల్ది మరికాస్త దూరం జరిగి, ప్లాస్టిక్ షీటు మీద ఎండు చేపలను చిన్నచిన్న పోగులుగా పెట్టడంలో నిమగ్నమైపోయింది.

సద్దుకోడాలు పూర్తయ్యేసరికి ఇద్దరికీ యాస్టొచ్చింది. ఇంతలో ఇందాకటి గుంటడు ఇద్దరికీ టీ తీసుకొచ్చి ఇచ్చాడు. ఇద్దరూ నిశ్శబ్దంగా టీ చప్పరిస్తూ ఆలోచనల్లో మునిగిపోయారు.

'ఎలగుండే వూరు ఎలగయిపోనాది. యాడో ఓ దగ్గర సిన్న మేడలుండేటివి. గిప్పుడు మేడలేటి. మేడల్మీద మేడలు కూడా లేసిపోతన్నాయి. ఒకప్పుడు జనాలు పైసల కోసం పెనుగలాడతా వుండీవోరు. మాయ డబ్బులు ఎక్కడకెల్లి ఎలిపొస్తన్నాయో.. తెగ బలిసిపోనారు. ఆ ఇరగబాట్లు, ఇసుర్లు.. ముందల కాలంలో సూసినామా? అయినా, అదేటో ఆ లచ్చిందేవి వున్నకాడకే మల్ల ఎలతాదిగానీ, మనకాడకి ఏలస్తాది' అనుకుంటూ ఇద్దరూ దీర్ఘంగా నిట్టూర్చారు. వాళ్లు ఎప్పుడూ అనుకునే మాటలే అవి.

టీ అయ్యాక, విశ్రాంతిగా చుట్టలు ముట్టించారు. రెండు దమ్ములు లాగాక, చుట్టను తిరగేసి, కాలుతున్న భాగాన్ని నోట్లో పెట్టుకుని అడ్డపొగేశారు. ఆ చుట్ట అలా కాలుతుండగానే ఆ ముసల్ది కూరలను చూస్తూ పాడైపోయినవాటిని ఏరేసి, ఎనకమాల గంపలో ఏసుకుంటోంది. మరో ముసల్ది ఎండు చేపల పోగులను సరిగా సద్దుకుంటోంది.

ఇంతలో ఏదో గుర్తొచ్చినట్టు కూరగాయల ముసల్ది గోనంకేం కిందా, తక్కెడ కాడ, గంపలో కంగారుగా ఎతికింది. ఆమె హడావిడి చూసి చేపల ముసల్ది నోట్లోంచి చుట్ట తీసి, బుగబుగమని పొగ వదిలి.. 'ఏటైనాదే' అన్నట్టు కళ్లతోనే ప్రశ్నించింది.

"పెద్ద కవర్ల పేకెట్టీ యాడబెట్టినానో అగుపిత్తలేదు" అని సమాధానమిచ్చింది కూరల ముసల్ది.

అంతలోనే, అటేపు తిరిగి "ఒరే గుంటడా, బీగి రమ్మీ" అని కేకేసింది.

ఆడికి పైసలిచ్చి "పెద్ద కవర్లు పట్టుకుని జల్దీ రా" అని పురమాయించింది.

"ఇంతకుముందు గుడ్డ సంచీలు, వైరు బుట్టలట్టుకుని వొచ్చీవారు జనాలు. ఇప్పుడు అన్నిటికీ పేస్టిక్ కవర్లే. బాగా మప్పేసినారు, గండలు" అని మాల్స్ వాళ్లను ఈసడించుకుంది చేపల ముసల్ది.

రోడ్ము మీద నెమ్మదిగా జనాల సందడి పెరుగుతోంది. ఆఫీసుల నుంచి, పనుల నుంచి ఇళ్లకు వెళ్లే వాళ్లు ఎండిపోయిన తోటకూర కాడల్లా వేళాడిపోయి పోతున్నారు. అలిసి, వడలిపోయిన ముఖాలతో వెళుతున్న ఆడాళ్లు కూర గాయల వైపు చూసుకుంటూ పోతున్నారు. కొనే ఉద్దేశం లేకపోయినా, ఒకరిద్దరు 'ఎట్లా ఇస్తున్నావ్?' అంటూ ఆరాతీస్తున్నారు. ఎక్కువ కూరగాయలు కొనేటోళ్లు, పెద్దపెద్ద లైట్లున్న అంగళ్ల దగ్గరకి పోతున్నారు. ఏదో ఆ పూటకో, పొద్దున్నకో చాలనుకునేవారు రివాజుగా కొనేటోళ్లు ఈ ముసలాళ్ల దగ్గర ఆగుతున్నారు.

ఇంతలో ఒకామె వచ్చి ఆకు కూరలు, కూరగాయలు బేరమాడింది.

"రావు తల్లీ. దొరుకడంలే. చాన పిరుమైపోనాయి. అందరికీ రెండే. నీకు మూడిస్తా. ఇంద పట్టు" అంటూ పాలకూర కట్టలు కాయగూరలున్న కవర్‌లో పైన వేసి ఆమె చేతికందించింది.

ఆమె అందుకోకుండా "ఆక్కూరలు వేరే కవర్‌లో వెయ్" అంది.

అలాగే వేసి ఇచ్చింది ముసల్ది.

ఆమె వెళ్లిపోయాక "మనకాడ కెలిపొచ్చేతలికి ఏడలేని డాంబికాలొత్తాయిాళ్లకి. అదే మాల్లో కవర్లకి పైసలియ్యాల్సిచ్చేతలికి చేతుల్లో, సంకల్లో సరుకులు ఇరికించుకు పోతారు. మనకాడ అన్నీ ఫీయే" అంది ముసల్ది.

కవర్లు తీసుకెళ్తున్న ఆమెను పరిశీలిస్తూ నవ్వీ నవ్వనట్టు చూసింది చేపలమ్మే ముసల్ది.

ఎండు చేపలమ్మే ముసల్దానికి ఆ బేజారు లేదు. ఎప్పుడూ కాకపోయినా, సాధారణంగా రేట్లు ఒక్కలాగే ఉంటాయి. అక్కడ బేరలాడేది తక్కువే. అందుకే ఆమె పెద్దగా మాట్లాడకుండానే వచ్చినవాళ్లకి, కావాల్సినవి కవర్లలో వేసి ఇస్తోంది.

నెమ్మదిగా బేరాలు జోరందుకున్నాయ్. అలా ఓ గంట, గంటన్నర జోరుగా సాగింది. తరువాత కాస్త తెరిపిచ్చింది.

'ఇకన ఈ పొద్దుకి అయినట్టే' అనుకుంటూ రెండోసారి టీ తాగడంలో మునిగిపోయారు ముసలాళ్లిద్దరూ.

కాసేపటికి బేరాలు ఇంకా తగ్గాయి. చేపలమ్మే ముసల్ది సద్దేయడం మొదలెట్టింది.

"ఏటే.. అప్పుడే సద్దేత్తన్నావ్?" అంది కూరల ముసల్ది.

"కోడల్దాయి అల్ల అమ్మోల్లకాడకి పోనాదే. బీగెల్లాలి. ఇంటికాడ ఎవుల్లేరు" అంది చేపల ముసల్ది.

కూరగాయలమే కూడా 'సద్దేదామా? వద్దా' అని ఆలోచనలో ఊగిసలాడు తోంది. గోనంకేం మడత ఎత్తి చిల్లర, నోట్లు చూసుకుంటూ లెక్క పెడుతోంది.

'ఈ పైసలు దేనికి సాలాల?' అనుకుంది.

ఎప్పటి నుంచో ఒక లైటు పెట్టుకోవాలని వుంది ఆ ముసల్దానికి.

'ఎలుతురుంటే ఇంకో గంట కూసోవచ్చు. నాలుగు బేరాలూ వత్తాయి. పదో, పరకో వారా మిగుల్తాది. కానీ, ఏటి సేయడం, పైసలు సాల్నప్పుడు' ఆలోచిస్తోంది ముసల్ది.

ఇంతలో, "ఏమ్మా, ఆక్కూరల్లేవేటి?" అని ఎవరో గట్టిగా అడగడంతో ఈ లోకంలోకి వచ్చింది ముసల్ది.

"ఇయ్యన్నీ ఏటి?" అంది సమాధానంగా.

ఆమె ఆకు కూరల కట్టలు చూస్తూ "అన్నీ అయిపోయినట్టున్నాయి. అడుగూబొడుగూ మిగిలాయి" అంది.

"ఓలమ్మా, నువ్వొస్తావని తెలీక అమ్మీసినా. నేపోతే అట్టే ఎట్టుకుని కూకుందును గానూ?" అంది ముసల్ది.

ఎంత అణుచుకుంటున్నా ముసల్దానిలో చిరాకు తుళ్లిపడుతూనే ఉంది.

అందుకు కారణం అలసట మాత్రమేగాక, వచ్చినామె చేతిలో కనబడుతున్న పెద్దపెద్ద కవర్లు. వాటి నిండా మాల్‌లో కొన్న సరుకులు ముసల్దాని చిటపటలను ఎగదోస్తున్నాయి.

"కట్టలు చిన్నగా ఉన్నాయి కదా, నాలుగిస్తావా?" అంటూ బేరం మొదలెట్టిందామె.

"ఓ అమ్మా.. అక్కడెట్టు. పో.. రిలన్స్‌కే పో. ఆడ మా లావు ఇస్తున్నారు" అని ఆమె తీసిన కట్టలను చేతిలోంచి లాగేసుకుంది.

"ముసల్దానికి గీరలావుందే" అందామె.

మామూలుగా కూరలు కూడా మాల్‌లోనే కొంటుంది ఆమె. కానీ, ఈసారి అక్కడివారితో గొడవ పడింది. మధ్యాహ్నమో, సాయంత్రమో షాపింగ్ మొదలెడితే.. చీకటి పడ్డాకగానీ ముగియలేదు. తీరా బిల్లింగ్ కౌంటర్ దగ్గరకు వచ్చేసరికి జనాలు ఎక్కువగా వుండి, ఎంతకూ లైను కదలకపోవడంతో ఆమెలో అసహనం మొదలైంది.

'వద్దు.. వద్దనుకుంటూనే ఇక్కడకు వచ్చా. వచ్చినందుకు అనుభవించాల్సిందే' అని తనను తాను తిట్టుకుంది.

'ఇదే ఆఖరు. ఇక నుంచి ఇంటి దగ్గర కిరణా షాపుల్లో, బట్టల షాపుల్లో కొనుక్కోవడమే బెటర్. తొందరగా పనవుతుంది' అని ప్రతిసారిలాగే.. ఈసారీ అనుకుంది.

'పదో పరకో తక్కువకు దొరుకుతున్నాయనే భ్రమలో అవసరమున్నా లేకపోయినా, కొనేయడం.. ఇంట్లో ఫ్రిజ్జులు, అల్మారాలు నింపేయడం. వాడే లోపే కొన్ని ఎక్స్పయర్ కూడా అయిపోతున్నాయి. కనీసం ఆ వస్తువులను తెరవను కూడా తెరవకుండానే చెత్తబుట్లో పడేయాల్సి వస్తోంద'ని ఇంటికెళ్లి సరుకులు సర్దేప్పుడల్లా అనుకుంటూనే ఉంటుందామె.

సుమారుగా ఓ గంట గడిచాక ఆమె వంతు వచ్చింది. ముందు కిరణా

సరుకులు స్కానింగ్ మొదలు పెట్టాడు బిల్లింగ్ వేసే కుర్రాడు. చకచకా స్కాన్ చేసి వేరే ట్రాలీలోకి సరుకులు వేస్తున్న వాడు కాస్తా.. జామ్ బాటిల్ దగ్గర ఆగిపోయాడు.

దాన్ని రెండుసార్లు స్కాన్ కొట్టి.. "మేడమ్, ఇది రాదు మేడమ్" అన్నాడు.

ఆమె ఆ బాటిల్స్‌ను చూస్తూ, కోపంగా "ఒకటి కొంటే, ఒకటి ఫ్రీ అన్నారుగా. ఆఫర్‌లోనే కొన్నా బాబూ" అంది.

ఆ అబ్బాయి "అవును, ఒకటి కొంటే, ఒకటే ఫ్రీనే గానీ.. ఇది కాదు మేడమ్. అక్కడ వేరే బాటిల్ వుంటాది. అది తీసుకోవాలి. లేదంటే రెండింటికీ బిల్ వేయాలి. మీతోని ఎవరూ లేరా, మేడమ్" అని అడిగాడు.

"లేరు బాబూ, నువ్వే ఎవరినైనా పంపించి తెప్పించు" అంది ఆమె, మళ్లీ పైఫ్లోర్‌కి వెళ్లే ఓపిక లేక.

"సారీ మేడమ్, ఇవాళ స్టాఫ్ లేరు" అన్నాడు, ఆ అబ్బాయి.

ఆమెకి ఎక్కడలేని కోపం వచ్చింది.

"ఆ మాత్రం చూసుకోరా, మీరు? అక్కడుంది కాబట్టే తీసుకున్నా. లేకపోతే నేనెందుకు తీసుకుంటా? అయినా, డిస్కౌంట్లనీ, ఆఫర్లనీ ఊరికే ఎస్సెమ్మెస్‌లు, మెయిల్స్ పెడతారు. తీరా వచ్చాక ఇదీ మీ నిర్వాకం" అంది గట్టిగా.

ఆ అబ్బాయి ఏ మాత్రం ఆవేశ పడకుండా "అవన్నీ నాకు తెలీదు మేడమ్" అని వేరే ఐటమ్స్ స్కాన్ చేసి చేంతాండంత బిల్లు చేతిలో పెట్టాడు, ఆ అబ్బాయి.

బిల్లు చూసినా, చేసేదేం లేదు కాబట్టి దాన్ని బాస్కెట్‌లో వేసుకుని, క్రెడిట్ కార్డు ఇచ్చింది. దాన్ని గీకుతున్న వాడు కాస్తా ఆగి..

"మేడమ్.. మెంబర్‌షిప్ కార్డుందా?" అని అడిగాడు.

ఆమె చటుక్కున ఏదో గుర్తొచ్చినట్టు హ్యాండ్ బ్యాగ్‌లో వెతికింది. కనబడలేదు. "లేదు, అయినా ఎందుకు?" అంది, తెలీనట్టు.

"పాయింట్స్ వుంటే రిడీమ్ అవుతాయి మేడమ్. ప్రైస్ తగ్గుతుంది కదా" అన్నాడు ఆ అబ్బాయి.

"అవునా" అని సాలోచనగా చూసి "మొబైల్ నెంబరు చెబితే ఓకేనా?" అని అడిగింది.

"చెప్పండి మేడమ్" అన్నాడు ఆ అబ్బాయి.

ఆమె పెద్ద భారమేదో దిగిపోయినట్టు ఫీలైపోయి చకచకా నెంబరు చెప్పింది. ఆ అబ్బాయి టకటకా కొట్టాడు. తర్వాత స్క్రీన్ వైపు చూస్తూ పెదవి విరిచాడు. ఆమె ప్రశ్నార్థకంగా ముఖం పెట్టింది.

"మినిమమ్ ఫైవ్ హండ్రెడ్ వుండాలి మేడమ్. త్రీ హండ్రెడ్ అండ్ ట్వల్వే వున్నాయి" అన్నాడు.

"ఎన్నుంటే అన్నే రిడీమ్ చేయొచ్చు కదా?" అందామె.

"అలా చేయలేం మేడమ్, సిస్టమ్ యాసెప్ట్ చేయదు" అన్నాడు అబ్బాయి.

"మీ సిస్టం దేన్ని యాసెప్ట్ చేస్తుంది.." అని మొదలు పెట్టి ఓ ఐదు నిమిషాలు వాడిని కడిగేసింది.

అయినా, ఆ అబ్బాయి ఏ మాత్రం చలించకుండా

"సిస్టం యాసెప్ట్ చేయకుండా మేమేం చేయలేం మేడమ్" అన్నాడు.

వర్చువల్ వరల్డ్‌లాగే ఇది కూడా ఓ మాయా ప్రపంచం. ఈ వస్తువులు, ఆ లైట్ల ధగధగలు, ఆఫర్లు.. అన్నీ మాయే అనిపించింది ఆమెకి. అక్కడున్న వస్తువులతో, అమ్మే వారికి సంబంధం ఉండదు. కొనేవారితో, డబ్బులు వసూలు చేసేవాడికి సంబంధం ఉండదు. ఎవరైనా, ఎవర్నైనా నిలతీద్దామంటే ఎవరూ బాధ్యత తీసుకోరు. ఇవన్నీ ఆలోచించే సరికి ఆమెని కోపం, నిస్సహాయత, అలసట ఆవరించాయి.

ఇక చేసేది లేక బిల్లు మొత్తం కార్డు మీద గొరిగించుకుని, పక్కకు వచ్చి ట్రాలీలోని సరుకులను కవర్లలోకి హడావిడిగా సర్దుకుని బయటపడింది. బయటకు వస్తుంటే ట్రేలలో, అరల్లో పెట్టిన కూరగాయలు కనబడ్డాయి. అప్పుడు గుర్తుకు వచ్చింది, తాను సరుకులు కొనే హడావిడిలో కూరగాయలు కొనలేదని. కానీ, అప్పటికే చాలాసేపటి నుంచి షాపింగ్ చేస్తుండటం వల్ల వచ్చిన విసుగుతోపాటు, బిల్లింగ్ లైన్‌ను తలచుకుంటే నీరసం వచ్చింది. దానికి తోడు ఇప్పుడే ఇంత గొడవ పడి మళ్లీ వెంటనే అక్కడే షాపింగ్ చేయడం సరికాదని అనిపించింది ఆమెకి. ఆ పక్కనెక్కడో పెట్టిన కారు తీయడానికి వెళ్తూ, ముసల్దాని దగ్గర కూరలు చూసి అటు వచ్చింది.

"అవును, నాకే మా లావు గీరవాణం. మీరందరూ అనుకువైనోళ్లు. తెల్లా.. తెల్లారి నాలిగింటికి పోవాల, మార్కెట్టుకి. ఈ కాసిని కూరగాయలు తేనీకి ఎన్ని సంకటాలు పడాల్నో ఎరికేనా? పెద్దపెద్ద దుకాణాల్లోంతా బేగీబేగీలు తోలుకు పోతారు. ఆల్లతోని పోటీలు పడి దక్కించుకోవాల. ఆల్లకి బాగా పేకింగ్‌లు చేసిత్తారు. మాకాడికొచ్చే తలకి మేమే ఎందలన్నా ఎత్తుకోవాల. మేమే మూటలు గట్టుకోవాల. పైసలు మాత్తరం రూపాయ కూడా తగ్గకుండా పిండుకుంతారు. ఆల్ల కాడ లారీలుంటాయి, ఆటో టేలీలుంటాయ్. మాకాడ? మాకాడేటుంటాయ్? మేమే ఇయన్నీ ఓ పక్కనెట్టుకుని, ఆటో బేరమాడుకోవాల. ఆడి దయ. ఆడి దరమం. ఇంటికాడ అన్నీ దించుకుని సర్దుకోవాల. మాకాడ లైటులు లేకపోయినా, మీకు పుచ్చులు, సచ్చులు అన్నీ బా కనపడతాయి. అదేటో, ఆడ మాళ్లల ఎన్ని లైట్లున్నా మీకు ఏటీ అగుపడవు.ఆడు ఒక్కపైసా ఒగ్గుతాడేటి? ఆడ బేరం ఊసే ఉండదు. ఈడకొచ్చేతలికి అన్నీ ఒగ్గేసొత్తారో, ఏటో? పినాసితనమంతా ఈడే సూపిత్తారు"

ఆవేశమో, ఆగ్రహమో, ఆవేదనో.. వెళ్లగక్కేసింది ముసల్ది.

"మధ్యలో నేనేం చేశా. ఎవరి మీదో కోపం నా మీద చూపిస్తున్నావ్?" గట్టిగా నాలుగు కేకలు వేసి, అసహనంగా పక్కకు వెళ్లిపోయింది.

ముసల్ది తిరిగి ఏమీ అనలేదు. ఆమె అలా వెళ్లిన కాసేపటికి..

'అనవసరంగా ఈ యమ్మిితో తగువాడీసినా. పాపం, ఆడు సేసిందాంటో ఈ యమ్మి తప్పేటున్నాదిలే' అనుకుని..

"ఇగో.. తల్లా, ఓలమ్మోయ్.." అని కేకేసింది.

అల్లంత దూరంలో వేరే దగ్గర కూరలు చూస్తున్న ఆమె వెనక్కి తిరిగి చూసింది.

ముసల్ది చెయ్యూపి రమ్మని పిలిచింది.

"'ఏటో అనీసానులే, ఏటనుకోమాక. ఏటి కావాల?" అంది ముసల్ది, అనునయంగా.

ఆమె "కూరగాయలియ్యి" అంది, ముక్తసరిగా.

కూరగాయలు కాస్త మొగ్గుగా తూచింది. అలాగే, అడక్కుండానే ఆకు కూరలు కూడా ఒక్కో కట్ట ఎక్కువేసింది. ఆమె ఏరి తట్టలో వేసినవాటిలో బాగోనివీ, పుచ్చులున్నవి తీసి పక్కనపడేసి.. మంచివి ఎంచి వేసింది ముసల్ది.

మాల్‌లో అయితే కవర్లలో ప్యాక్ చేసేసి వుండటం, కావాల్సినవి, కావాల్సినన్నే తీసుకునే అవకాశం లేకపోడం గుర్తొచ్చిందామెకు. ముసల్ది ప్లాస్టిక్ కవర్లలో ఏసిచ్చిన కూరగాయలను ఆమె తనతో తెచ్చుకున్న బ్యాగ్‌లో వేసుకుంటోంది. అది చూసి ముసల్దానికి మళ్లీ కోపమొచ్చింది.

"ఇలగైతే ఎలగా" అంటూ ఆమె చేతిలోని సంచీ ఒక్క గుంజు గుంజి లాక్కుంది.

ఈ హఠాత్పరిణామానికి ఆమె బిత్తర పోయింది. ఈ ముసల్దానికి మళ్లీ ఏమైందనుకుంది.

"మా లావు సదువులు సదువతరు. మరి అయేం మాయ సదువులో.. బుర్రలోని మట్టి అలానే ఉండిపోతన్నాది" అంటూ కోపంగా అరిచి..

"అలక్కాదమ్మీ.. టమాటాలు తొలేత బేగీలో ఏసుకుని పైన బంగాళ దుంపలు, వంకాయలు, దొండకాయలు ఏస్తరా, ఎవులన్నా?" అంది పెద్దరికంగా.

అప్పుడు తన తప్పు అర్థమయ్యిందామెకు. 'ట్రాలీలో అన్నీ తలోపక్కా వేసుకుంటూ నింపేసుకోవడమే గానీ, ఏది ఎక్కడపెట్టామో చూసుకునే తీరుబాటెక్కడిది' అనుకుంది మనసులో. అంతేకాదు, 'మాల్‌లో ఎన్ని కొన్నా, ఎన్ని వేల బిల్లు చేసినా.. మన పట్ల ఆదరణ చూపించే దిక్కుండదు. ఇక్కడ వంద రూపాయలు కూడా పెట్టి కొనకపోయినా ఎంత అభిమానమో..' అనుకుందామె సాలోచనగా.

కూరగాయలు సర్ది సంచీ ఆమె చేతికి ఇచ్చి, చిల్లర కూడా చేతిలో పెట్టింది ముసల్ది.

ఆమె చిల్లర చూసుకుని "అదేంటవ్వా, ఎక్కువిచ్చావు" అంది.

మళ్లీ ఆమే "అదికాదు, నూట అరవై అయ్యిందన్నావ్ కదా. రెండొందలు ఇస్తే యాభై రూపాయలు వెనక్కిచ్చావ్" అంది, చదువురాని ముసల్దానికి విడమరిచి చెబుతున్నట్టు.

"పది రూపాయలు ఎక్కువిచ్చానానంటావా?" అంది ముసల్ది, చాలా మామూలుగా.

'అవున'న్నట్టు తలూపిందామె, ఆశ్చర్యపోతూ.

"పోనీలే.. సాకులెట్లు ఇచ్చీమంతావేతి?" అని నవ్వింది ముసల్ది.

మళ్లీ "ఓ.. ఈ పది రూపాయల్తో నువ్వూ, నేను మేడలు కట్టీయాల? రాజ్జా లేలీయాల?" అంది చేతులు తిప్పుతూ. అని, "నాకాడ సిల్లర నేదు. అందుకే ఇచ్చినా. పర్లే, మళ్లొచ్చినప్పుడిద్దువులే. వున్నీ" అని సద్దుకోడంలో పడిపోయింది ముసల్ది.

ముసల్దాని ధీమా చూస్తే ఆమెకు ముచ్చటేసింది.

'అదే మాల్‌లో అయితే, పైసా పైసా ముక్కుపిండి.. సారీ, కార్డు గీకి మరీ వసూలు చేస్తాడు. పైగా ఇప్పుడు కవర్లకి కూడా చార్జ్ చేస్తున్నారు. కొన్నవన్నీ నెత్తిన పెట్టుకు పోలేం కదా. పైగా వాడివ్వాల్సి వచ్చినప్పుడు చిల్లర లేదని చాక్‌లెట్లు బిల్లులో యాడ్ చేస్తాడు' అని గుర్తు చేసుకుంది.

'మాల్‌లో వెదజల్లే వేలకు వేలు.. ఎటుపోతాయో, ఎవడిని మేపుతాయో తెలీదు గానీ, ఇక్కడ కాసింత చిల్లర ఖర్చు చేస్తేనే ఆ ముఖాల మీద ఎన్ని సజీవమైన నవ్వులు విరబూస్తున్నాయో కదా' అనిపించిందామెకు.

"ఇగటమాడతన్నావ్ కాబోలు, నేను మల్లా నీకాడకే వత్తానని గేరంటీ ఏటి?" అంటూ కవ్వింపుగా ముసల్దాని యాసలో అడిగిందామె.

దానికి ముసల్ది మురిసిపోతూ "ఓలమ్మ, ఏటి.. నాతోనే ఇగటాలడతన్నావు. నీ కడుపు సల్లగుండ. బాగానే మాటలాడతన్నావే" అంది, గలగల నవ్వుతూ.

'మాల్ వాళ్లలాగే ముసల్దానిదీ వ్యాపారమే. కానైతే, వాళ్లలా దోచుకునే వ్యాపారం కాదు, మనసులు పంచుకునే జీవనవ్యాపకం' అని ఆమెకు అర్థమయ్యింది.

"ఇంతసేపు నీతో మాట్లాడా కదా, నాకూ ఇగటమాడటం వచ్చీసింది" అందామె, ముసల్దాని ఆప్యాయతకు మురిసిపోతూ. అదేంటోగానీ, ముసల్దానితో మాట్లాడుతుంటే ఆమెకు అప్పటిదాకా వున్న అలసటంతా తీరిపోయినట్టనిపించింది.

"మనం, మనం పరాసికాలాడుకున్నా ఒక తీరుంటాది. సూసావూ, ఆడు, ఆడు మనతోని అసలైన ఇగటమాడతన్నాడు. మనందరి జీవితాలు కిందమీద సేసెత్తన్నాడు" అంటూ మాల్ వేపు తిరిగి కాండ్రించి ఉమ్మేసింది ముసల్ది.

ముసల్దాని ఉక్రోషం అర్థమైన ఆమె

"ఇకలెల్లి ఎప్పుడూ నీ కాడకే వత్తాలే" అని నమ్మకంగా చెబుతూ, గుండెలా బరువెక్కిన కూరగాయల సంచీ తీసుకుని ఆనందంగా ముందుకు కదిలింది.

తల మీద గంపలా తేలికపడ్డ మనసుతో ముసల్ది కూడా సంతోషంగా ఇంటిముఖం పట్టింది.

15.09.2021

14.01.2022,
సినీవాలి మాసపత్రిక

# ద లాస్ట్‌కాల్

'ట్వీయ్.. ట్వీయ్.. ట్వీయ్..'మంటూ సౌండ్ వస్తోంది, ఆ అమ్మాయి మొబైల్‌లో నెంబర్ డైల్ చేస్తుంటే.

అప్పటికి తొమ్మిది అంకెలు డయల్ చేసింది. పదో అంకె దగ్గర బొటన వేలు గాలిలోనే ఆపి స్నేహితురాలి వైపు చూసింది. ఆ స్నేహితురాలు ఆ అమ్మాయి కళ్లలోకి బితుకు, బితుకుమంటూ చూసింది.

స్నేహితురాలి నుంచి జవాబు రాకపోయేసరికి, ఆ అమ్మాయి పదో అంకె నొక్కకుండా.. ఫోన్ పక్కన పెట్టేసింది. ఎండాకాలం మధ్యాహ్నం ఆ అపార్ట్‌మెంట్ ఆవరణలో భయంకరమైన నిశ్శబ్దం నెలకొని ఉంది. ఆ అమ్మాయిలు ఊపిరి తీసుంటున్న శబ్దం వారికే వినిపిస్తోంది.

కాసేపాగి "చేద్దామా?" అంది స్నేహితురాలు, చాలా నెమ్మదిగా.

ఆ నెంబర్ డయల్ చేయాలంటే ఇద్దరికీ చేతులు వణుకుతున్నాయ్, గొంతులు తడారిపోతున్నాయ్.

ఆ అమ్మాయి ఫోన్ చేతిలోకి తీసుకుంది. ఇంతలో హఠాత్తుగా ఓ కాకి రెక్కలు అల్లాడిస్తూ వేగంగా వచ్చి వాళ్లకి ఎదురుగా వున్న ఓ పోల్‌పై విసురుగా వాలింది. స్నేహితురాళ్లిద్దరూ ఒక్కసారి కంగారుపడ్డారు.

ఆ అమ్మాయి ఫోన్ అన్ లాక్ చేసి నెంబర్ డయల్ చేయసాగింది. పదంకెల మొబైల్ నెంబర్లో రెండు అంకెలు డయల్ చేసేసరికి.. ఆ కాకి 'కావ్.. కావ్' అంటూ కర్ణ కఠోరంగా అరిచి, రివ్వున ఎగుర్తూ వారికి దగ్గర్లోని గోడపైన వాలింది.

భయంతో ఆ అమ్మాయి చేతిలోని ఫోన్ జారవిడిచేసింది.

ఇద్దరూ ఆ కాకివైపు చూశారు. అది ఆయాసపడుతున్నట్టు నోరు తెరుచుకుని

వీరినే చూస్తోంది. నల్లటి ఆ కాకి నోరు రక్తం ఓడుతున్నట్టు ఎర్రగా వుంది.

స్నేహితురాళ్లిద్దరినీ ఒక్కసారిగా భయం ఆవహించింది. ఇద్దరూ ఒకరి చేతినొకరు గట్టిగా పట్టుకున్నారు. భయం.. భయంగా లేచి నిలబడ్డారిద్దరూ. వెంటనే కాకి రివ్వున ఎటో ఎగిరిపోయింది.

ఆ పిల్లల కళ్లల్లో ఒక్కసారి మృత్యుభీతి కదలాడింది.

❖ ❖ ❖

ఆ పిల్లలిద్దర్నే కాదు, ఆ అపార్ట్‌మెంట్‌లోని చాలామందిని చావు భయం వెంటాడుతోంది. అందుకు కారణం నాలుగు రోజుల క్రితం జరిగిన వాళ్ల మరో స్నేహితురాలి బర్త్ డే పార్టీయే.

బర్త్ డే పార్టీ అనంతరం స్నేహితులందరినీ సాగనంపడానికి తన ఫ్లాట్ నుంచి హుషారుగా కిందకు వచ్చింది ఆ పిల్ల. మాటల్లో స్నేహితుల మధ్య వాట్సప్ మెసేజ్ ప్రస్తావన వచ్చింది. చాలామంది అది ఫేక్ అన్నారు. కొంతమంది నిజమేనేమో అన్నారు.

'అలా ఎలా జరుగుతుంద'ని వారిలో వారు తర్కించుకున్నారు. ఒకడు హీరోలా ముందుకు వచ్చి 'దాని సంగతి నేను తేల్చేస్తా' అన్నాడు ఫోన్‌లో ఏవో నెంబర్లు నొక్కుతూ. అందరూ 'వద్దురా' అని అడ్డుకున్నారు.

అప్పటికే అర్థరాత్రి దాటి చాలాసేపయింది.

చివరికి 'బర్త్ డే బేబీకి' బాయ్ చెప్పి, పిల్లలందరూ ఇంటిముఖం పట్టారు. 'బర్త్ డే బేబీ' కూడా ఫోన్ చూసుకుంటూ లిఫ్ట్ వరకూ వెళ్లింది. లిఫ్ట్ వచ్చేలోగా వాట్సప్‌లోని ఆ మెసేజ్‌ని మళ్లీ చూసింది. తన ధైర్యాన్ని పరీక్షించుకోవాలనే ఉబలాటంతో, అందులోని నెంబర్‌కు డయల్ చేస్తూ లిఫ్ట్‌లోకి వెళ్లింది.

అంత రాత్రి వేళ 'కావ్.. కావ్' మంటూ కాకి అరుపు వినిపించడం కొందరికి ఆశ్చర్యం కలిగించింది.

❖ ❖ ❖

స్నేహితులను సాగనంపడానికి వెళ్లిన పిల్ల ఇంకా రాలేదేంటాని వాళ్లమ్మ బాల్కనీలోంచి చూసింది. కిందన ఎవరూ కనిపించలేదు. ఎందుకో ఆవిడ మనసు కీడు శంకించింది. ఆమె వెళ్లి వాళ్లాయనను తీసుకుని బయటకు వచ్చింది. భార్యాభర్తలిద్దరూ లిఫ్ట్ దగ్గరకొచ్చి బటన్ నొక్కారు. లిఫ్ట్ వచ్చింది.

లిఫ్ట్ డోర్లు తెరుచుకోగానే, లోపలకు వెళ్లబోయిన దంపతులిద్దరూ ఒక్కసారిగా గావుకేకలు పెట్టారు.

అందుకు కారణం లిఫ్ట్‌లో వాళ్లమ్మాయి స్పృహ లేకుండా పడి వుంది.

హడావిడిగా ఆసుపత్రికి తీసుకెళ్లారు. కానీ, అప్పటికే ఆ అమ్మాయి చనిపోయిందని డాక్టర్లు తేల్చేశారు. కానీ, కారణమేంటో డాక్టర్లకు సైతం అంతుచిక్కలేదు.

❖ ❖ ❖

"ఎండలు మండిపోతుంటే, ఎక్కడ పెత్తనాలు చేస్తున్నారు. తిండి తినరా?" అని స్నేహితురాలి తల్లి కేకలు వేయడంతో, ఆ అమ్మాయి 'బాయ్' చెప్పేసి ఇంటికి వెళ్లిపోయింది. భోజనం చేసి, భయాందోళనల నుంచి తప్పించుకోవడానికి నిద్రను ఆశ్రయించింది.

అప్పటికి ఆ అమ్మాయికి తెలీదు, సాయంత్రం తాను లేచేసరికి తన కోసం మరో విషాద వార్త సిద్ధంగా ఉంటుందని.

❖ ❖ ❖

"ఏం చేస్తున్నారే, ఇంత ఎండలో కిందకెళ్లి.." స్నేహితురాలి తల్లి నిలదీసింది.

"ఏం లేదు" అని ఆగి, "వాట్సప్‌లో ఒక మెసేజ్ వచ్చింది. దాన్లోని నెంబర్‌కి కాల్ చేయడం వల్లే బర్త్ డే నాడు మా ఫ్రెండ్ చనిపోయిందని అందరం అనుకుంటున్నాం. దాని గురించే డిస్కస్ చేసుకుంటున్నాం" అంది.

లోపలి నుంచి ఆ మాటలు విన్న తండ్రి కోపంగా "నాన్సెన్స్.. నెంబర్ డయల్ చేస్తే చనిపోవడం ఏంటి? పిచ్చా? ఏదా నెంబర్.." అని అడిగి తీసుకున్నాడు.

ఆయన తన ఫోన్ నుంచి ఆ నెంబర్ డయల్ చేస్తుండగా, బాల్కనీలోంచి కాకి అరుపు వినిపించింది. ఆ పిల్ల భయంతో బిర్రబిగుసుకుపోయి తండ్రి ముఖంలోకే చూస్తూ నుంచుంది.

ఆయన చెవి దగ్గర పెట్టుకున్న ఫోన్ తీసి, అందులోకి చూస్తూ..

"ఎవరూ ఎత్తడం లేదు. దీని సంగతి నేను చూస్తాగానీ, మీరిలాంటి పిచ్చి ఆలోచనలు మానేసి చదువుకోండి" అని ఆయన హాలులోకి వెళ్లి టీవీ ముందు కూర్చున్నాడు.

అంతే, ఆ తర్వాత ఆయన అక్కడ్నించి ఇక లేవలేదు.

❖ ❖ ❖

స్నేహితురాలి తండ్రి కూడా చనిపోవడంతో ఆ అమ్మాయే కాదు, అపార్ట్‌మెంట్‌లోని వారందరూ భయంతో కంపించారు.

వెంటనే పోలీస్ కంప్లయింట్ ఇచ్చారు.

'98%-+×0%79' అనే నెంబర్ నుంచి ఫోన్ వస్తే ఎత్తొద్దని, ఆ నెంబర్‌కు ఫోన్ చేయొద్దని.. అలా చేస్తే అదే వారికి లాస్ట్ కాల్ అవుతుందని, వాళ్లందరూ చనిపోతార'న్నది ఆ వాట్సప్ మెసేజ్ సారాంశం. విచారణ కోసం అపార్ట్‌మెంట్‌కు

87 ❊ షేమ్.. షేమ్.. పప్పీ షేమ్!/దేశరాజు కథలు

వచ్చిన ఎస్ఐ ఆ మెసేజ్‌లోని నెంబర్‌ను కంట్రోల్ రూమ్‌కు, టెక్నికల్ టీంకు ఫార్వర్డ్ చేశాడు. ఎన్నో భయంకరమైన నేరాలను శోధించి, సాధించిన ఆ ఎస్ఐ నిర్భయంగా తన ఫోన్ నుంచి ఆ నెంబర్ డయల్ చేయసాగాడు.

వెంటనే ఎక్కడ్నించో ఓ కాకి 'కావ్.. కావ్'మని అరుస్తూ గోడపై వాలింది. అప్పటికే ఎస్ఐ తొమ్మిది అంకెలను డయల్ చేసేశాడు. కాకి మళ్లీ గట్టిగా 'కావ్.. కావ్'మని అరుస్తూ అతడి తల మీదుగా ఎగిరింది. దాంతో కాకిని తోలడానికి చేయి విదిలించాడతను. ఆ విదిలింపులో అనుకోకుండా పదో అంకె కూడా డయల్ అయిపోయింది.

చేయి విదిలించడంలో పొరపాటున ఫోన్ జారిపోయింది. కింద పడుతున్న ఫోన్‌ను గబుక్కున అందుకోబోయి ఎస్ఐ కూడా ఆ అపార్ట్‌మెంట్ పదమూడో అంతస్తు నుంచి కింద పడిపోయాడు.

నెత్తుటి ముద్దలా మారిని ఎస్ఐని చూసేసరికి, అపార్ట్‌మెంట్ వాసుల్లోని ముఖాల్లో నెత్తురు ఇంకిపోయింది.

ఆ పక్కనే కరెంట్ తీగపై వాలిన కాకి ముక్కుతో కాలిని గోక్కుంటూ 'కావ్.. కావ్'మని మూల్గటం ఎవరికీ వినిపించలేదు.

16.10.2021 | 11.01.2022
తర్జని.కామ్

# తాబేళ్లు

"అవును. అయితే, ఏంటంట? నేనే కారణం. ఒప్పుకుంటాను. ఏం తలతీసేస్తారా? అంత దమ్మున్న వాళ్లెవరైనా వున్నారా? ఆ దమ్ము వుండాలంటే కావాల్సింది నిజాయితీ, అది వుందా? ఏంటలా చూస్తావ్, ఏదో బూతు మాట మాట్లాడినట్టు? ఇప్పుడు నిజాయితీ అనే మాట వినబడితే చాలు, పెతీవోడూ చంకలు గోక్కుంటారు కదా?" అందామె.

ఇంకా చాలా అనేదే. ఆమె ఎదురుగా వున్న స్నేహితురాలు పగలబడి నవ్వడంతో ఆగిపోయింది.

"సిగ్గు లేదూ, నవ్వేలా వస్తోంది?" అందామె ఇంకా కోపంగానే.

"ఏయ్.. టూమచ్, నువ్వు సీరియస్ విషయం మాట్లాడుతూ, కామెడీ డైలాగ్ కొట్టే సరికి గబుక్కున నవ్వొచ్చింది గానీ, నిన్ను వెక్కిరించడానికేం నవ్వలేదు" అంది స్నేహితురాలు కాస్త కోపంగా.

"అంతే లేవే, నా మాటలేం ఖర్మ.. నా బతుకే కామెడీ అయిపోయింది" అందామె అదే కోపంతో.

"ఛీ.. అదేంటబ్బా, అలా మాట్లాడతావ్. ఇప్పుడేమన్నా గనుక" అంది స్నేహితురాలు.

"సరే, నువ్వేమీ అనలేదులే. సరేనా? కాస్త తొందరగా రాసివ్వు. నీ ముందుమాట కోసమే ఆగింది. కవర్ డిజైన్‌తో సహా అంతా అయిపోయింది" అని ఆమె బయల్దేరింది.

❖ ❖ ❖

ఆమె కోపం అర్థం చేసుకోవాలంటే, కొన్నేళ్ల క్రితం జరిగిన సంఘటన గురించి తెలుసుకోవాలి. అప్పుడైనా ఆమె కోపాన్ని అర్థం చేసుకుంటారో లేకపోతే అపార్థం చేసుకుంటారో మీ ఇష్టం.

ఆ రోజు ఆఫీసులో పని ఎక్కువగా వుండటం వల్ల ఆమెకు లేటవుతోంది. ఇంతలో పిల్లాడికి ఒంట్లో బాగోలేదని, ఒళ్లు వెచ్చగా వుందని ఇంటి నుంచి ఆమె తల్లి ఫోన్ చేసింది. ఆమె వెంటనే భర్తకు ఫోన్ చేసి విషయం చెప్పింది. వెంటనే వెళ్తానన్నాడుగానీ, అతడు వెళ్లలేదు. ఊరి నుంచి ఎవరో స్నేహితులు వస్తే వాళ్లతో కలిసి మరో స్నేహితుడి ఇంట్లో భోజనానికి వెళ్లాడు. తర్వాత అంతా ఏవో మాటల్లో పడ్డారు. ఆమె మళ్లీ ఫోన్ చేసింది. అతడు ఎత్తలేదు. ఆమెలో ఆందోళన మొదలైంది. ఒకవైపు ఆఫీసులో పని తెమలడం లేదు. ఆయన ఫోన్ ఎత్తడం లేదు. ఇంట్లో వున్న మందులేవో వేయమని తల్లికి చెప్పింది.

కాసేపు చూసి, తన పని వేరే వారికి అప్పగించి, ఇంటికి బయలుదేరింది. దారిలోనే అతని స్నేహితుడి ఇల్లు కూడా. పిల్లాడిని డాక్టర్ దగ్గరకు తీసుకెళ్లడానికి తను కూడా వుంటే బావుంటుందని ఆమె అక్కడ ఆగింది. అదీగాక, అతడు ఫోన్ కూడా ఎత్తకపోవడంతో 'ఏమైందో' అనే కంగారు కూడా ఆమెను అక్కడకు వెళ్లేలా చేసింది.

లోపలకు వెళ్లేసరికి, అరడజను మందికి పైగా కూర్చుని వున్నారు. ఆమెను చూడగానే అంతా అభిమానంగా పలకరించారు.

స్నేహితుడి భార్య అయితే, ఆమెను గట్టిగా వాటేసుకుని "ఎంత కాలమైందబ్బా, నిన్నుజూసి. ఇందాకే తనతో అన్నా. తననీ, కొడుకును మాకు చూపించవా అని" అంటూ చేయిపట్టుకుని తీసుకువెళ్లి తన పక్కన కూర్చోబెట్టుకుంది.

అది ట్రిబుల్ బెడ్రూమ్ ఫ్లాట్. ఒక గది మొత్తం పుస్తకాలకు కేటాయించారు. మిగిలిన రెండు బెడ్రూముల్లో ఒకటి మాస్టర్ బెడ్రూమ్, ఇంకోటి కూతురు కోసం-చిల్డ్రన్ బెడ్రూమ్. హాల్లో పలుచని పెద్ద టీవీ, అందరూ హాయిగా కూర్చోడానికి వీలుగా పెద్ద పెద్ద సోఫాలు, మధ్యలో గ్లాస్ టీపాయ్. గోడలకు జ్యూట్ హ్యాంగింగ్స్. మిగిలిన గదుల్లో కూడా గిరిజన కళాకృతులు అందంగా అమర్చి ఉన్నాయి.

ఆమె అలా అన్నీ చూస్తుంటే.. "అన్నట్టు మర్చే పోయా. నువ్వు రాలేదు కదూ, మేం ఫ్లాట్ తీసుకున్నాక?" అని ఆశ్చర్యంగా ప్రశ్నించింది స్నేహితుడి భార్య.

"ఎక్కడ, కుదరలేదు" అంది ఆమె మొహమాటంగా.

"రా, రా.. ఇల్లు చూద్దువుగాని.." అని చేయిపట్టుకుని లాగింది.

ఆమె కాస్త ఇబ్బందిగా ఆగి, "ఇప్పుడు కాదు, అర్జంటుగా వెళ్లాలి" అంది.

"ఏం?" అంది ఆవిడ.

"బాబుకు బాగోలేదు" అని భర్త వైపు చూసి,

"నాకేమో ఆఫీసులో పని కాలేదు. తనేమో ఫోన్ ఎత్తలేదు. అందుకని వెంటనే బయల్దేరా. ఆయన్ని కూడా తీసుకెళ్దామని ఇటు వచ్చా" అంది.

"అయ్యో, ఏమైంది?" అని అడిగింది ఆదుర్దాగా.

"జ్వరం, కేల్పాల్ వేసినా తగ్గడం లేదంటోంది అమ్మ" అంది.

"అవునా, అయితే వెంటనే వెళ్లండి. ఒకవేళ తగ్గకపోతే ఫోన్ చేయ్. తెలిసిన డాక్టర్స్ వున్నారు" అందావిడ.

ఇక చేసేది లేక, అతను కూడా లేచి, ఆమెతో బయటకు వచ్చాడు.

బయటికొచ్చాక ఆమె ముఖంలో మారిన రంగులు చూడగానే, అతడికి అర్థమైంది-కోపంగా వుందని.

"పిల్లలకి అప్పుడప్పుడు కాస్త ఒళ్లు వెచ్చబడుతుంది. దానికంత కంగారుపడితే ఎలా?" అన్నాడతను చాలా మామూలుగా.

"నాకు మాత్రమే కొడుకు కదా వాడు, అందుకని నేను మాత్రమే కంగారు పడతా. నువ్వు మాత్రం హాయిగా, కులాసాగా కబుర్లు చెప్పుకుంటూ కూర్చో" అంది సాధ్యమైనంత నెమ్మదిగా, అటూఇటూ చూస్తూ.

"పనికిమాలిన కబుర్లేం కాదు. కవిత్వమూ ఆల్కెమీ అని.." అని అతడు ఏదో చెప్పబోతుండగా

"ఏం కెమికలూ.." అంది వ్యంగ్యంగా.

"కెమికలూ, పెట్రోలూ కాదు, ఆల్కెమీ.." గట్టిగా అని, ఆమె వ్యంగ్యంగా అందని స్ఫురించగానే మాటలు ఆపేసాడు.

క్షణం తరువాత అతడే తిరిగి "మరీ అంత వెక్కిరించక్కర్లే. నువ్వూ ఒకప్పుడు కవిత్వం రాసావ్" అన్నాడు.

"ఎప్పుడూ? ఒకప్పుడు.." అంటూ 'ఒకప్పుడు' అనే మాటన ఒత్తి పలుకుతూ, వేలు పైకి చూపించిందామె.

"అయినా, మీ మగాళ్లలా ఎప్పుడూ కవిత్వాలు అల్లుతూ కూర్చోవడం మా వల్ల కాదు. సంసారాల్ని, పిల్లల్ని గాలి కొదిలేసి.." అంది నిష్ఠూరంగా.

'మగాళ్లలా' అన్న మాట అతడిని లోపలెక్కడో తాకింది. దాంతో కోపం బుస్సున పొంగింది.

"అంటే, నేను అందరి మగాళ్లలానే వుంటున్నానా? అలాగే ప్రవర్తిస్తున్నానా? నీకెంత సాయం చేయడం లేదూ?" అన్నాడు, కోపంగా.

"అవును, సాయం చేస్తావుగానీ, పని చేయవు. ఎందుకంటే పని నాది, నీది కాదు. అంతేగా?" అందామె అంతే విసురుగా.

అతడు ఒక్కసారి కంగుతిన్నాడు. 'అదేంటి ఇలా దొరికిపోయాను' అనుకున్నాడు, మొదట. తరువాత ఆమె అన్న మాటల్లోని నిజం గ్రహించాడు. ఏమనడానికీ అతడికి గొంతు పెగల్లేదు.

ఇంతలో ఇల్లు వచ్చేసింది. కంగారుగా లోపలకు వెళ్లే సరికి పిల్లాడు పరిగెట్టుకుంటూ వచ్చి అమ్మా నాన్నలను కరుచుకున్నాడు. వెనకాలే పెద్దావిడ కూడా వచ్చింది.

"ఇప్పుడే నెయ్యేసి రెండు ముద్దలు పెడితే, కాస్త లేచి కబుర్లు మొదలెట్టాడే. మిమ్మల్ని చూడగానే ఇహ పరుగులు కూడానూ.." అంది ఆవిడ చాలా సంతోషంగా నవ్వుతూ.

కాసేపు పిల్లాడ్ని ముద్దు చేసేక, 'మళ్లీ జ్వరం వస్తే తీసుకెళ్దాంలే డాక్టరు దగ్గరకి' అని నిర్ణయించుకుని ఇద్దరూ ఎవరి పనుల్లో వాళ్లు పడిపోయారు.

పిల్లలు అల్లరి చేస్తుంటే, అంతకుమించిన స్వాంతన ఏముంటుంది తల్లిదండ్రులకు?

❖ ❖ ❖

వాళ్లుండేది మూడు గదుల ఇల్లు. అందులో మొదటి దాన్ని గది అనడానికి వీల్లేదు. ఓ పక్కగా చిన్న చెప్పుల స్టాండూ, ఆ పక్కన గ్యాస్ సిలిండర్, అక్కడే పాత పేపర్లు, ఎవరైనా వస్తే కూర్చోడానికి అన్నట్టు ఓ పాత కుర్చీ.. ఇవి మాత్రమే పడతాయి. వీటి మధ్యలో పిల్లాడి ఆటసామానులు కూడా ఉంటాయి.

ఆ తర్వాత ఒక గది, దాని తరువాత వంటిల్లు. ఈ రెండు గదులూ సమానంగానే వుంటాయి. వంట సామాను కాస్త పొందిగ్గా పెట్టుకోవడంతో వంట గదిలో బాగానే ఖాళీ మిగులుతుంది. పగలు అక్కడే భోజనాలు చేస్తారు. రాత్రి అమ్మమ్మ, మనవడు పడుకుంటారు. మధ్య గది వాళ్లిద్దరిదీ. ఆ గదిలోని సిమెంటు అల్మారాలోనే అందరి బట్టలూ వుంటాయి. ఓ మూలనున్న బీరువాలో ఖరీదైన బట్టలు, ముఖ్యమైన డాక్యుమెంట్లు వంటివి వుంటాయి. ఆ గదిలోనే మరో అల్మారాలో వాళ్ల పుస్తకాలు, పత్రికలు వుంటాయి. అవి అస్తమాను అదుపుతప్పి ఆ గదినంతా ఆక్రమించుకుంటూ వుంటాయి. నెలాఖరులో డబ్బులు అవసరమై

నప్పుడు, అవి తూకానికి వెళ్లినప్పుడు ఆ గది చాలా శుభ్రంగా కనిపిస్తుంది.

ఆ గదిలో ఆ రాత్రి ఇద్దరే వున్నప్పుడు, ఆమె "సారీ" అంది - ఆరేసిన బట్టలు మడతపెడుతూ.

అతడు చదువుతున్న పుస్తకంలోంచి కళ్లు మాత్రం తిప్పి "ఎందుకు?" అన్నట్టు చూశాడు.

"వాడికి బాలోదనే సరికి కాస్త కంగారుపడ్డా. దానికితోడు ఆఫీసులో పని.. నువ్వేమో ఫోన్ ఎత్తలేదు"

"ఏదో మాటల్లో వుండి, ఎత్తలేదు. బయల్దేరదాం అనుకున్నా.. ఇంతలో నువ్వొచ్చేశావ్" అన్నాడతను.

"సరే గానీ, వాళ్లిల్లు చూసావా? ఎంత బావుందో"

"వాడిల్లే కాదు, అక్కడున్న వాళ్ల అందరి ఇళ్లూ దాదాపు బాగానే వుంటాయి.ఇద్దరివి తప్ప అందరివీ సొంతమే" అన్నాడతను.

ఆమె ఒక క్షణం నిశ్శబ్దంగా వుంది. తర్వాత అంది..

"మరి, మన ఇల్లో.."

"కొత్తగా మాట్లాడతావేం? మనం ముందు నుంచీ ఇలాగే వుందామని అనుకున్నాంగా" అన్నాడతను.

"ఇలాగే అంటే.."

అతడు మాట్లాడ లేదు. కాసేపాగి "నేల మీద నిలబడి బతకాలి, న్యాయంగా బతకాలి" అన్నాడు.

వెంటనే క్షణంలో వెయ్యోవంతు కూడా ఆలస్యం చెయ్యకుండా "అంటే.. వాళ్లు అన్యాయంగా బతుకుతున్నారంటావా?" అందామె.

వాళ్లకి అతడి గురించి అలా ఎప్పుడూ అనిపించలేదు. కానీ, కాదని గట్టిగా చెప్పలేకపోయాడు. ఆమె పనులన్నీ పూర్తి చేసుకుని వచ్చి లైట్ ఆఫ్ చేసే వరకూ అతడు ఆలోచిస్తూనే వున్నాడు. తన స్నేహితుల్లో ఎవరూ అక్రమంగానో, అవినీతితోనో సంపాదిస్తున్నట్టు అతనికి ఏ ఆధారమూ కనిపించలేదు.

"వాళ్లకంటే మనం తక్కువ సుఖంగా వున్నాం కాబట్టి, మన రచనల్లో కాస్త ఆవేశం ఎక్కువ కనపడొచ్చు. కానీ, అందుకోసం ఇలా పేదగా మిగిలిపోవాలా మనం? మనకి చదువు లేదా? సామర్థ్యం లేదా? అంత చేవచచ్చి వున్నామా? ఆర్థిక శాస్త్రాలు, సామాజిక శాస్త్రాలు ఔపోసన పట్టినవాడివి- ధరలు ఎలా పెరుగుతాయో, పరిస్థితులు ఎంత విషమిస్తాయో వేరేవాళ్లు చెప్పాలా? ఇప్పటికే ఆలస్యం చేశాం.

వయసు, ఓపిక అయిపోతే కష్టపడనూ లేం, సంపాదించుకోనూ లేం" అని ఆమె ఆగింది.

అతడు తలకింద చేయి పెట్టుకుని దుమ్ముకొట్టుకుపోయి తిరుగుతున్న సీలింగ్ ఫ్యాన్‌ను చూస్తూ ఆలోచనల్లోనే గడిపేసాడు. అర్ధరాత్రి దాటాకా ఎప్పుడో నిద్ర పట్టింది. అతడు ఎప్పుడూ ఎడమవైపు తిరిగి పడుకునేవాడు, ఈసారి కుడివైపు తిరిగాడు. అటువైపు అతడి భార్య పడుకుని వుంది. డబ్బుల కోసం వెంపర్లాడకుండా, తమకంటూ కొంతసమయం మిగుల్చుకుని, రాతకోతలు కొనసాగిస్తూ.. అంతో ఇంతో అర్థవంతంగా,ఆదర్శంగా బతుకుదామని తొలినాళ్లలో చేసుకున్న ప్రమాణాలు వారిద్దరి మధ్యా నలిగిపోయాయి.

❖ ❖ ❖

అన్నీ పైకి కనిపించకపోయినా, ఎడారిలో సైతం రుతువులు మారతాయి. బీళ్లు మొలకెత్తుతాయ్, మోళ్లు చిగురిస్తాయ్. గడిచిన కాలం వారిలో చాలా మార్పులే తీసుకుకొచ్చింది.

పెద్దావిడ వెళ్లిపోయింది. పసిపిల్లగా ఆమె ఒడిచేరింది. పిల్లాడు హైస్కూలుకు వచ్చేశాడు. ఆమె రెండు ఆఫీసులు మారి జీతంలో తగినంత హైక్ సాధించడంతో పాటు, కాస్త కంఫర్టబుల్ జోన్‌లోకి వచ్చేసింది.

అతడు ఏకంగా లాంగ్ జంప్ చేశాడు. ఐదెంకెల్లో వుండే జీతం ఆరంకెల్లోకి మారింది. అద్దె కొంపలో నుంచి, ఈఎంఐలో తీసుకున్న డబుల్ బెడ్రూమ్ ఫ్లాట్‌లోకి మారారు. ఈమధ్యే కారు కూడా తీసుకున్నారు, వాయిదా పద్ధతుల్లోనే.

జిడ్డు పట్టిన ముఖంతో, లుంగీ మీద పాత చొక్కాతో ఇంట్లో కాలక్షేపం చేసే అతడు షార్ట్స్, టీ షర్ట్స్‌లోకి మారాడు. దైన్యంగా, బేలగా వుండే చూపుల్లో ఆత్మవిశ్వాసం చేరింది. వయసుతోపాటు ఓపిక తగ్గినా, ఉత్సాహం పెరిగింది. ఆఫీసులో, ఇంటి దగ్గర ఫ్లాట్స్ వాళ్లలో ఆయనకు ఎంతోమంది మిత్రులయ్యారు.

చెదిరిన జుట్టుతో, పగిలిన పెదవులతో, కళ్ల కింద చారలతో, చేతికి మట్టి గాజులతో, శరీరానికి అలవాటైపోయి అట్టకట్టేసిన రంగు వెలిసిన నైటీతో ఇంట్లో చాకిరీ చేసుకుంటూ వుండే ఆమె ఒంట్లోకి ఇప్పుడు మలి యవ్వనం వచ్చి చేరింది.

ఐబ్రోస్, ఫేషియల్‌తోపాటు హెయిర్ కట్, స్ట్రయిట్నింగ్ క్రమం తప్పకుండా చేయించుకుంటూ వుండటంతో ముఖం కళకళలాడుతోంది. ఒక చేతికి బంగారు గాజు వచ్చింది. అవసరాన్నిబట్టి మార్చుకోవడానికి వీలుగా దుద్దులు, లోలాకులు, జుంకీలు-బంగారానివే-నాలుగైదు జతలున్నాయి. ఇంట్లో వేసుకునే నైటీల స్థానంలో

లెగ్గిన్లూ, టీషర్టూ వచ్చాయి. వాటికితోడు అప్పుడప్పుడు వాకింగ్ చేస్తే వేసుకోవడానికి ట్రాక్ ప్యాంట్, టీ షర్ట్ కూడా ఉన్నాయి.

ఇంతకుముందు వారిద్దరూ కూరగాయల ఎక్కడ తక్కువకు దొరుకుతున్నాయీ సబ్బులు, పేస్టులు, పౌడర్ల మీద ఏ సూపర్ మార్కెట్లలో డిస్కౌంట్లున్నాయి లాంటివి మాట్లాడుకునేవారు. ఇప్పుడు బంగారం ధర ఎంతుంది, ఏ ఏరియాల్లో స్థలాల రేట్లు, ఫ్లాట్ల రేట్లు ఎలా వున్నాయనే విషయాలు చర్చించుకుంటున్నారు.

అప్పట్లో ఇరానీ హోటల్ తప్ప ఏ హోటల్‌కు వెళ్లినా బెరుగ్గా వుండి, అందరూ కూర్చున్నాక.. చివరలో దూరంగా కూర్చునే అతడు.. ఇప్పుడు తనే లీడ్ చేస్తున్నాడు.

తెచ్చి పెట్టుకున్న నవ్వులతో పలకరించే స్నేహితురాళ్లు, ఇప్పుడు ఆమెను ఆత్మీయంగా పలకరించి రకరకాల డిజైనర్ బ్లౌజుల గురించి చర్చిస్తున్నారు.

ఒకప్పుడు తమలోని 'గిల్ట్'ను గుర్తు చేస్తూ, లోపలెక్కడో మిగిలిపోయిన ఆత్మసాక్షిని పొడుస్తున్నట్టుగా వుండేది ఈ దంపతులు తీరు. ఇప్పుడు పూర్తిగా తమతో కలిసిపోవడంతో స్నేహితులంతా చాలా కంఫర్ట్‌గా ఫీలవుతున్నారు.

"అవిధమ్ముగా, మీరు కూడా జనజీవన స్రవంతిలో కలిసితిరన్నమాట" అంటూ ఒక స్నేహితుడు జోక్ కూడా వేశాడు.

అందరూ పెద్దగా నవ్వుతూ ఎంజాయ్ చేశారు. ఎవరూ తప్పుబట్టలేదు.

అన్నట్టు అతడు గతంలో రాసిన కవితలతోపాటు, అడపాదడపా రాసిన కొత్త కవితలను కూడా చేర్చి ఓ కవితా సంకలనం కూడా వెలువరించాడు. ఆ రోజు రాత్రి స్నేహితుల పార్టీ ఇచ్చాడు. ఆ పార్టీలో జర్నలిస్టు మిత్రులు కూడా వున్నారు. తెలుగు సాహిత్యానికి అతడి కాంట్రిబ్యూషన్‌ను కొనియాడుతూ, విశ్లేషిస్తూ తర్వాత్తర్వాత చాలా పత్రికల్లో రివ్యూలు వచ్చాయి.

అయినా, 'రాజకీయ ఖైదీలను విడుదల చేయాలి', 'అక్రమ కేసులు ఎత్తివేయాలి' అంటూ వివిధసంస్థలు రాసే లేఖలపై తోటి రచయితలు, స్నేహితులతో కలిసి సంతకాలు కూడా చేస్తూనే ఉన్నాడు.

త్వరలో ఆమె రచనలను కూడా ఒక సంపుటిగా తీసుకొచ్చే ప్రయత్నం సాగుతోంది.

పరుగంటూ మొదలెట్టాక, కుందేలుపై గెలవకపోయినా.. ప్రతి తాబేలూ ఎంతోకొంతైనా లక్ష్యానికి చేరువవుతుందిగా?

❖ ❖ ❖

త్వరలో రాబోతున్న తన పుస్తకం ముందుమాట కోసమే ప్రస్తుతం ఆ స్నేహితురాలిని కలిసిందామె. తనలోనూ, భర్తలోనూ వచ్చిన మార్పుకు కారణం నువ్వేనని అంటే.. ఉక్రోష పడింది.

ఎంతైనా, ఇంకా పరుగు పందెంలోకి దిగని తాబేలు చెప్పే అభిప్రాయాలకు విలువెక్కువ కదా. వాటివల్ల తన పుస్తకానికి ఓ లెజిటమసీ లభిస్తుంది కదా, అందుకే, చిన్నబుచ్చుకున్నట్టు తల లోపలకు లాక్కుంది.

అయినా, తాబేళ్లకు కూడా సిగ్గూ, అభిమానాలు వుంటాయా? అందుకే తలలు లోపలకు లాక్కుంటాయా?

ఏమైనా సమయానుకూలంగా ప్రవర్తించడంలో ఈ తాబేళ్లకు ఏవీ సాటి రావు కదా!

19.10.2021

నవంబర్, 2022
సృజన నేడు దిన పత్రిక

# కన్ను

అతడు తన కొత్త కంటిని ఓసారి నులుముకుని తేరిపారా చూశాడు.

ఎదురుగ్గా, బెరుగ్గా నిలుచుని వున్నాడు ముసలాడు. పైన చొక్కాలేదు. కింద ఓ మాసిన గుడ్డ చుట్టుకున్నాడు. చేతిలో కర్ర ఉంది. తలకు జుట్టుంది. ఎండకి అది తాటి పీచులా మెరుస్తోంది. ఒళ్లంతా నల్లగా జిడ్డుపట్టేసి వుంది. స్నానం చేసి, రోజులు కాదు.. వారాలు, నెలలు గడిచినట్టుంది. కాళ్లు పుల్లల్లా నిటారుగా ఉన్నాయి. పాదాలు మాత్రం పగిలిపోయి వున్నాయి. కాలి వేళ్లు వాటికి ఇష్టమొచ్చినవైపు వంకర్లు తిరిగి వున్నాయి. ముసలాడి రెండు కళ్లలో ఒక కన్ను అతడినే చూస్తోంది. మరో కన్ను మాత్రం ఎటు చూస్తోందో తెలీనట్టు నిదానంగా వుంది.

నిస్తేజమైన ఆ కన్నును చూడగానే అతడు ఉలిక్కిపడ్డాడు.

"వారం రోజుల్లో జీవితం ఎంత మారిపోయింది" అనుకుంటూ ఎడమవైపున్న తన కొత్త కన్నును మరోసారి తడుముకున్నాడు అతను.

అతనొక ప్రముఖ వైద్యుడు. వృత్తిని చేపట్టిన తొలినాళ్లలోనే నీతి, నిజాయితీలకు తిలోదకాలిచ్చేశాడు. బీదాబిక్కీ రోగులకు సేవ పేరిట, వారి అవయవాలను దొంగిలించి అమ్ముకునేవాడు. కోట్లు వెనకేశాడు. రాజకీయ అండదండలు కూడా ఉండటంతో అతడికి అడ్డే లేకుండా పోయింది.

"కానీ.. అంతా ఒక్క క్షణంలో నాశనమైపోయింది" అనుకుంటూ ఆ డాక్టర్ దీర్ఘంగా నిట్టూర్పు విడిచాడు.

గోల్ఫ్ బాల్ తగిలి ఆ డాక్టర్ ఎడమ కన్ను చితికిపోయింది. అప్పటికప్పుడు కళ్లు దానం చేసేవారెవరూ దొరకలేదు. వేరే అవయవాలంటే ఏదో ఒకటి చెప్పి మాయం చేయొచ్చు. కానీ, సర్వేంద్రియాల్లోనూ ప్రధానమైన నయనాన్ని చేజిక్కించుకోవడం అంత సులువుకాదని అతడికి అర్థమైంది. అప్పుడు వెతకపోయిన తీగ కాలికి తగిలినట్టు ఈ ముసలాడు దొరికాడు.

అంతసేపైనా డాక్టర్ ఏమీ మాట్లాడకపోవడంతో, తాత కాస్త భయంగా

ముందుకు ఒకడుగు వేసి..

"బాబయ్యా.. మీరు చేసినదానికి నేనేమీ అనను. నా పెండ్లాన్ని బతికియ్యండి, చాలు. ఈ పెపంచకంలో నాకది తప్ప ఎవురూ లేరయ్యా" అని చేతులు జోడించాడు. ఆ మాటలంటూ వుంటే తాత కళ్లలో నీళ్లు ఉబికాయి.

భార్యపై తాతకున్న ప్రేమను చూసి ఆ డాక్టర్ అసూయ పడ్డాడు. అవును మరి, డాక్టర్ తన కంటి ఆపరేషన్ కోసం ఆసుపత్రిలో చేరగానే అదను కోసం చూస్తున్న అతడి భార్య డాక్టర్ బతుకు ఆటకు ముగింపు పలికేయాలని నిర్ణయించుకుంది. నమ్మి అప్పగించిన అక్రమాస్తులను తీసుకుని ఉడాయించింది. అంతటితో ఆగలేదు. ఇతర ఆస్తుల వివరాలు ప్రభుత్వ వర్గాలకు అందజేసింది. దాంతో ఏసీబీ, ఈడీ లాంటి సంస్థలు రంగంలోకి దిగడానికి సిద్ధమయ్యాయి. డాక్టర్ దగ్గర పెద్దగా మిగిలిందేమీ లేదని అర్థం చేసుకున్న బడా నేతలు, అధికారులు ముఖం చాటేశారు.

అయినా, అతడికి భార్యపై కోపం రాలేదు.

'నేనూ ఇంతకాలం డబ్బుకోసమే గడ్డితిన్నా. నా భార్యా అంతే' అనుకున్నాడు.

మనుషులు డబ్బును తప్ప, సాటి మనుషులను ప్రేమిస్తారని ఆ డాక్టర్ ఎప్పుడూ అనుకోలేదు. అది తప్పని మొదటిసారి ఆ తాత అతడికి చాటిచెప్పాడు.

పెళ్లామంటే ప్రేమ కురిపిస్తున్న తాతను చూసి 'కొంపదీసి పిచ్చివాడు కాదు కదా' అని కూడా అనుకున్నాడు.

కానీ, ముసలిదాని ఆపరేషన్‌కి డబ్బు కోసం కన్ను దానం చేయడంతోపాటు, ఇన్నాళ్ల నుంచీ తన చుట్టూ తిరుగుతూ కాళ్లావేళ్లా పడుతున్నాడంటే భార్యాభర్తల బంధంలో ఏదో మహత్యం ఉందని తొలిసారిగా అతడికి అనిపించింది. అంతేకాదు, డబ్బున్న మనుషులు డబ్బునే ప్రేమిస్తారుగానీ, డబ్బులేని మనుషులు సాటి మనుషులనే ప్రేమిస్తారని కూడా ఆ డాక్టర్‌కు అర్థమైంది.

'తన పిచ్చిగానీ, ప్రపంచంలోని భార్యలందరూ తన భార్యలాగే వుంటే.. సంసారాలన్నీ ఎలా సాగుతాయి' అనుకున్నాడు.

తాతను దగ్గరకు రమ్మని పిలిచి, కొంత సొమ్ము చేతిలో పెట్టాడు.

తాత డబ్బు తీసుకోలేదు. "మా ఇంటిదాన్ని బతికియిండయ్యా" అని దీనంగా బతిమలాడాడు.

తాత మాటలు ఆ డాక్టర్ గుండెలను బరువెక్కించాయి. తాత కన్ను డాక్టర్ శరీరంలో భాగమైనప్పుడు.. ఆ కంటి చెమ్మ ఈ హృదయానికి సోకకుండా పోతుందా?

వెంటనే ఒక అడుగు ముందుకు వేసి తాతను హృదయానికి హత్తుకున్నాడు.

"ఎలాగైనా నీ భార్య ప్రాణాలు కాపాడే బాధ్యత నాదీ, నువ్వేం దిగులుపడకు" అని గట్టిగా భరోసా ఇచ్చాడు.

కన్ను పోతేగానీ, ఆ డాక్టర్‌కి కళ్లు తెరుచుకోలేదు. ఏం చేస్తాం? కొన్ని జీవితాలంతే!

29.11.2021

25.04.2022

వంశీ స్వర్ణోత్సవ కథా సంకలనం

# షేమ్.. షేమ్.. పప్పీ షేమ్!

బలవంతంగా కళ్లు తెరిచాడు.

భళ్లున కుమ్మరించినట్టు ఒక్కసారిగా భరించలేనంత వెలుతురు.

చప్పున మళ్లీ కళ్లు మూసుకున్నాడు.

లేవాలని ప్రయత్నించాడు. కానీ, ఒళ్లు సహకరించలేదు. కానీ, తప్పదు అర్జంటుగా లేవాలి.. లేచి తీరాలి. లేకపోతే పరుపు తడిసిపోయేట్టుంది. గట్టిగా ఊపిరి తీసుకుని కూర్చున్నాడు. నడుం పైభాగమంతా కూర్చోడానికి సహకరించడం లేదు, వెంటనే వాలిపోయేట్టు ఉంది.

తల.. అసలు తలేనా? పది టన్నుల బరువున్నట్టు తోస్తోంది.

నిన్నటి నుంచి తాగుతున్నది సరిపోనట్టు.. తెల్లవారుజామున మెలకువ వస్తే మళ్లీ తాగాడు. ఆలోచనలను సమాధి చేయడానికి, మనసును జోకొట్టడానికి.

కానీ.. కానీ.. ప్రయోజనం శూన్యం.

అతడేమీ తాగుబోతు కాదు. కానీ, నిన్న అన్ని ఛానెల్స్‌లోనూ మార్మోగిపోయిన బ్రేకింగ్ న్యూస్ అతడి హృదయాన్ని కూడా బ్రేక్ చేసింది. ఇక దొరికిందే చాలన్నట్టు ఇంగ్లీష్, తెలుగు, లోకల్, నేషనల్.. అన్నిట్లోనూ అవే కథనాలు.

అవే.. అతడి ఆలోచనల్నీ, మనసునీ కకావికలం చేసేశాయి.

ఆ బ్రేకింగ్ న్యూస్‌లూ, కథనాలూ అన్నీ అతడి కూతురు గురించే. అంటే, కేవలం కూతురు గురించే అని కాదుగానీ.. జరిగిన దానికి అతడి కూతురే వ్యూహకర్త.

'తెల్లారినా ఇంకా అదే న్యూస్ మోగిస్తున్నారా? లేక..'

అర్జంటు అవసరం ఆలోచనల్ని ఆటంకపరిచింది. బలవంతంగా లేచి నిలబడ్డాడు. ఏదో, ఎప్పుడూ నిలబడటం తెలీనివాడు నిలబడినట్టు అలా కొన్ని సెకన్లు నిలబడి.. బ్యాలెన్స్ కుదరక, గోడలు, తలుపులు పట్టుకుని నడుస్తూ బాత్

రూమ్ లో దూరాడు.

పైజమా విప్పుకుంటూ కమోడ్‌లోకి చూశాడు. లోపలున్న దోసెడు నీళ్లల్లో మత్తెక్కిన ముఖం స్పష్టంగా కనిపిస్తోంది. ఇంతలో.. ఆ ముఖ ప్రతిబింబంపైకి కట్టలు తెంచుకుని దూకింది ప్రవాహం. ఆపుకోవాలనుకున్నాడు. కానీ, అతని ప్రయత్నం ఫలించలేదు.

కార్యక్రమం ముగిసింది.

పైజమా కట్టుకుంటుంటే రిలీఫ్‌గా అనిపించింది. కానీ, ఆ ఫీలింగ్ ఎక్కువసేపు నిలువలేదు. వాష్ బేసిన్ దగ్గర ఆగి ముఖం మీద నీళ్లు చల్లుకుంటూ అద్దంలోకి చూసుకుంటే..ఇందాకటి దృశ్యం గుర్తొచ్చింది.

'తన ముఖం మీద తానే పోసుకోవడం'అనే ఊహ చాలా అసహ్యంగా అనిపించింది. వెంటనే ముఖం మీద జల్లుకున్న నీళ్లను వాసన చూశాడు, అనుమానంగా.

సోప్ తీసుకుని ముఖం అంతా బరబరా రుద్దేసుకున్నాడు.

హాల్లో ఏసీ ఆన్ చేసుకుని అలా తడి ముఖం మీద తగులుతున్న చల్లనిగాలితో రిలాక్స్ అవుతూ సోఫాలో వాలిపోయాడు. ఆ రిలాక్సేషన్ ఫీలింగ్ ఎంతోసేపు నిలువలేదతనికి.

మనసులో మంట భగ్గుమని మళ్లీ రాజుకుంది.

నిశ్శబ్దంగా వున్న ఇంటి వాతావరణం అతడిని మరింతగా ఆలోచనల్లోకి.. తెలియని లోతుల్లోకి నెడుతోంది.

తండ్రికి బాగోలేదని చూడటానికి వెళ్లింది ఆమె.

'వాళ్లమ్మకి ఈ విషయాలన్నీ తెలిసాయోలేదో? తెలిస్తే.. ఖచ్చితంగా ఫోన్ చేసేదే' అనుకున్నాడు.

"మమ్మీ ఎలాగూ లేదు కదా, రెండ్రోజులు హాస్టల్లో ఫ్రెండ్స్ దగ్గర వుంటా"నని చెప్పిపోయింది కూతురు.

'పోనీలే..' అనుకుని 'సరే' అన్నాడు.

తీరా చూస్తే.. చివరికి..

'ఎంతపని చేసింది' అనుకున్నాడు కూతురునుద్దేశించి.

❖ ❖ ❖

అతడి కూతురేమీ లేచిపోలేదు. కులంకాని వాడినో, వేరే మతం వాడినో పెళ్లి చేసుకుంటానని పట్టుబట్టలేదు. ట్రాన్స్ జెండర్ గా మారతాననో, పెళ్లి చేసుకోకుండానే పిల్లల్ని కంటాననో కూడా అనలేదు.

❖ ❖ ❖

'షేమ్.. షేమ్.. పప్పీ షేమ్' ఫేస్‌బుక్‌లో ఇప్పుడో పాపులర్ పేజీ. వేలల్లో లైకులు, వందల్లో షేర్‌లు. అందరూ అమ్మాయిలే, ఏ కొందరో అబ్బాయిలు. అమ్మాయిలకు మద్దతు తెలియజేస్తూ పోస్ట్‌లు.

అతని కూతురుదే ఈ ఆలోచన. ఈ ఫేస్‌బుక్ పేజీకి అడ్మిన్ కూడా తనే. ఆరు నెల్లో, పది నెల్లో గడిచాక.. ఈ క్యాంపెయిన్‌ను మరింత విస్తృతం చేయడానికి ట్విట్టర్ అకౌంట్ కూడా ఓపెన్ చేసింది. విదేశాల్లో చదువుకుంటున్న ఇండియన్ అమ్మాయిలంతా పోలోమంటూ ఫాలోయర్లుగా చేరిపోయారు.

స్త్రీల సమస్యల గురించి చర్చించే ఆ పేజీ గురించి అతడికి అప్పట్లోనే తెలుసు. కాకపోతే, కూతురు ఏదో మంచిపనే చేస్తోందిలే అనుకున్నాడుగానీ.. పెద్దగా పట్టించుకోలేదు.

'పట్టించుకోకపోవడం వల్లే ఇప్పుడు ఇంత వరకు వచ్చింది' అనుకున్నాడు విసుగ్గా.

❖ ❖ ❖

మండే మనసును చల్లార్చాలంటే.. మరి కాస్త ఒంపుకావాల్సిందే అనుకున్నాడు. ఎదురుగా టీవీ పక్కనున్న అల్మారా తెరిచాడు. పుస్తకాల వెనుక అడుగు అరలో నిండు కుండల్లా రెండు బాటిల్స్ కనిపించాయి.

ఓ బాటిల్ చేతిలోకి తీసుకుని.. గ్లాస్ కోసం వెతుక్కుంటూ తూలాడు.

పడబోతూ షోకేస్‌ను పట్టుకున్నాడు.

టప్‌మని ఏదో పడిన చప్పుడు.

గాజు ఫొటో ఫ్రేమ్ అది. పగిలిందేమోనని.. కంగారుగా పైకి తీశాడు.

పగల్లేదు.

కానీ, అందులోని కూతురు ఫొటో చూడగానే.. దాన్ని పగలగొట్టాలనిపించింది.

చెయ్యి పైకెత్తాడు.

మళ్లీ ఎందుకో, ఆ ప్రయత్నం విరమించుకున్నాడు. చేతిలోని కూతురు ఫొటో వైపు చూశాడు.

ఎల్లో కలర్ టీషర్ట్ వేసుకుని, బ్లూ కలర్ ప్యాంట్ పాకెట్లలో చేతులు పెట్టుకుని, తల ఎగరేస్తూ భలే ఫోజు కొడుతోంది.

ఫొటోను దగ్గరకు తీసుకుని గట్టిగా ముద్దు పెట్టుకున్నాడు.

'లిటిల్ బీయమ్' అనుకున్నాడు.

బీయమ్ అంటే బుజ్జి ముండా అని. పిల్లలకు బ్యాడ్ వర్డ్స్ తెలియకూడదని ఇలా షార్ట్ చేసి పిలిచేవాడు.

'కానీ.. అదే ఇవాళ పెద్ద బ్యాడ్ పని చేసింది' అనుకున్నాడు చిరాగ్గా.

❖ ❖ ❖

ముందు కొడుకు, తరువాత కూతురు. ఇద్దరికీ పెద్ద ఎడం లేకపోవడంతో ఇద్దరిలో ఎవరి పుట్టినరోజు వచ్చినా ఇద్దరికీ కొత్త బట్టలు కొనేవాళ్లు. ఇద్దరూ పెద్దవాళ్ల కాళ్లకు నమస్కారాలు పెట్టి డబ్బులు తీసుకునేవారు.

సరిగ్గా అలాంటప్పుడే వచ్చింది సమస్య. ఇచ్చిన డబ్బులను వాడు ప్యాంట్ పాకెట్ లోనో, షర్ట్ పాకెట్‌లోనో పెట్టుకునేవాడు. పెట్టుకోడానికి దాని డ్రస్‌లకు పాకెట్‌లు ఉండేవి కావు. అందుకని వాళ్ల అమ్మకో, నాన్నకో ఇవ్వాల్సి వచ్చేది.

ఆవిధంగా స్టయిల్‌గా-గర్వంగా కూడా కావచ్చు-పాకెట్ లో డబ్బులు పెట్టుకునే సౌకర్యం లేకపోవడం దానికి నచ్చలేదు.

"ప్లీజ్ డాడీ.. నాకు కూడా పాకెట్ లు ఉండే ప్యాంట్ గానీ, షర్ట్‌గానీ కొను" అని అడిగింది.

దాని ఫీలింగ్స్ అర్థమవుతూండటంతో వెంటనే "సరే" అన్నాడు.

"ఇప్పుడే.. ఇప్పుడే" అని మారాం చేసింది.

ఎలాగూ, సెలవు పెట్టాం కదా అని, ఓ రోజు కూతురు ముచ్చట తీర్చాలని నిర్ణయించుకున్నాడు.

ఒకటి కాదు, రెండు కాదు.. పది షాపులు తిరిగాక అతనికి అర్థమైంది-తల్లిదండ్రులు మారినంతగా సమాజం-అంటే షాపులవాళ్లు మారలేదని. ఎక్కడా పాకెట్‌లు వున్న పాంట్ కానీ, షర్ట్ కానీ దొరకలేదు.

చివరగా ఓ షాపు నుంచి వచ్చేస్తుంటే.. దానికి ఏడుపొచ్చేసింది. అతడి నడుమును కరుచుకుని గట్టిగా ఏడ్చేసింది.

"పాకెట్‌లుండేవి దొరికితే తప్పకుండా కొనిచ్చేవాడినిగా, లేకపోతే నేనేం చేస్తా చెప్పు. రెండు రోజులు పోయాక.. కోఠీ, అబిడ్స్, ప్యారడైజ్ దగ్గర చూద్దాం. సరేనా, బంగారు తల్లులు ఎక్కడైనా ఏడుస్తారా చెప్పు" అని కూతురును ఊరడించాడు.

అది ఏడుపు సౌండైతే ఆపింది కానీ, ఎప్పటికీ పాకెట్‌లుండే డ్రస్ దొరకదని అర్థమవడం వల్లనేమో.. తెలియని ఉక్రోషంతో ఆ పసిదాని గుండెలు ఎగసి పడుతున్నాయి.

వెంటనే కూతురును ఎత్తుకుని, గట్టిగా ముద్దు పెట్టుకుని.. బండిపైన ముందు కూర్చోబెట్టుకుని ఇంటికి తిరుగుముఖం పట్టాడు.

అలా కాస్త దూరం వెళ్లాడో లేదో, హఠాత్తుగా అతడికి వెలిగింది.

వెంటనే బండిని వెనక్కితిప్పి రాంగ్ రూట్‌లోనే ఇందాకటి షాపు దగ్గరకు వచ్చి ఆపాడు.

"మళ్లీ ఎందుకు తీసుకొచ్చావ్" ఏడుపు జీరతోనే అడిగింది కూతురు.

"నీకు పాకెట్‌లుండే ప్యాంట్ కొనిస్తా" అన్నాడు హుషారుగా.

"ఈ షాపు వాళ్లు లేవని చెప్పారుగా.." దాని గొంతులో సందేహం.

ఏమీ మాట్లాడకుండా షాపులోకి తీసుకెళ్లాడు.

బాయ్స్ కీ, గర్ల్స్ కీ- పిల్లలే కాబట్టి ఫిజిక్‌లో పెద్ద తేడా ఉండదు. ఒకరి డ్రస్‌లు ఒకరికి సరిపోతాయి. ఆ ఆలోచనతోనే షాపులోకి వెళ్లి దానికి సరిపోయే బాయ్స్ ప్యాంట్‌లు నాలుగు కొనిచ్చాడు.

పాకెట్‌లుండే ప్యాంట్ లే అన్నీ. ఒకటి కాదు, రెండు కాదు. ముందు రెండు, వెనుక రెండు.. మొత్తం నాలుగు పాకెట్‌లు.

కూతురు ముఖం వెలిగిపోయింది. వారం రోజులపాటు పవర్‌కట్ వచ్చినా.. దాని కళ్లు, దాని ముఖంలోని వెలుగుతోనే ఆ షాపు దగధగ్గాయమానంగా వెలిగిపోయేట్టుంది.

ఇంటికి రాగానే విజయగర్వంతో దూకింది బండిమీంచి. గబగబా వాళ్లమ్మ మీదకు ఎక్కి తన డబ్బులు ఇప్పించుకుని పాకెట్ లో పెట్టుకుని.. అప్పుడు అందరి వైపు ఓ చూపు విసిరింది.

'నాకు మా డాడీ ఉన్నాడు. నా కోసం ఏమైనా చేస్తాడ'నే చూపు-అది.

'ఎస్.. అది నా కూతురు.. దాని కోసం ఏమైనా చేస్తా' అని అతడు బయటకు అనలేదు.

కానీ, ముప్పిరిగొన్న సంతోషంతో నిశ్శబ్దంగా మీసం పాముకున్నాడు.

'ఇప్పుడు చచ్చిన పాములా అయిపోయింది నా పరిస్థితి' అనుకున్నాడు.. ఎదిగిన కూతురు చేసిన పనిని తలుచుకుంటూ.

అప్పుడు కొన్న బ్లూ ప్యాంట్ ఇదే. అప్పటి నుంచే దానికి కాస్త పొగరు ఎక్కువైనట్టుంది. లేదంటే.. నేనే గారం చేసి, దాన్ని చెడగొట్టానా?

ఆలోచిస్తూనే మొబైల్ తీసుకుని ఫేస్‌బుక్ ఓపెన్ చేశాడు.

'ఫక్ దెమ్', 'వుయ్ ఆర్ విత్ యు', 'షేమ్.. షేమ్..' 'లవ్ యూ డియర్స్' వంటి కాప్షన్స్‌తో ఫొటోలు.. చేతులు చాపి ఆహ్వానిస్తూ, నోటిపై నుంచి రెండు చేతులూ విసురుతూ ముద్దులు కురిపిస్తూ. అమ్మాయిలదీ, అబ్బాయిలదీ వేషమే కాదు, భాష కూడా ఒకటే.

ఇప్పుడీ 'షేమ్..షేమ్.. పప్పీ షేమ్' పేజీలో తక్కువే అయినా, కొందరు విదేశీయులు కూడా ఉన్నారు. ఇక్కడి వాళ్ల ప్రాబ్లమ్ విని 'రియల్లీ' 'సర్ప్రైజింగ్' 'షిట్' అంటూ సపోర్ట్‌గా పోస్టులు పెట్టారు.

అతడు మొబైల్‌లో బ్యాక్ బటన్ నొక్కాడు. ఫేస్‌బుక్ రిఫ్రెష్ అయి టాప్‌లో వుండే పోస్టును చూపిస్తోంది. కానీ, అతడు ఆ పోస్టును చూడటం లేదు. దానిపైనున్న కవర్ ఫొటోను చూస్తున్నాడు.

దాదాపు ఎనమండుగురు అమ్మాయిలు. ఫొటో ఫ్రేములోకి అంతమందే వచ్చారు. పక్కన ఇంకా చాలామందే ఉన్నట్టు తెలుస్తోంది. ఆ అమ్మాయిలంతా గోడవైపు తిరిగి ఉన్నారు. ముఖాలు మాత్రం వెనక్కి తిప్పి.. ఒక చేత్తో విక్టరీ సైన్ చూపిస్తున్నారు.

అతడిని అంతగా డిస్టర్బ్ చేసినది ఆ ఫొటోనే.

'రేపు ఈ విషయం ఆఫీసులో, చుట్టుపక్కలవారికి తెలిస్తే..'

'ఆ ఫొటోను వెనక నుంచి తీశారు, ఎవడైనా రహస్యంగా ముందు నుంచి తీస్తే..'

తల అడ్డంగా ఊపాడు.

'తన కూతురు భవిష్యత్ ఏమైపోతుంది? మిగిలినవాళ్లూ.. తన కూతుళ్లలాంటి వారే. వాళ్ల ఫ్యూచర్ ఏమైపోవాలి?'

కోపంతో కళ్లు బాగా ఎరుపెక్కాయి. ఒంట్లోకి ఏదో శక్తి వచ్చినట్టయ్యింది. ఫోన్‌ని హాల్లోనే ఆ చివర వున్న డైనింగ్ టేబుల్ పైకి విసిరేశాడు.

కూతురు అటువంటి తీవ్ర నిర్ణయం తీసుకోడానికి తాను కూడా ఒక కారణమని అతడికి అప్పుడు తెలీదు.

బహుశా, ఇంకెప్పటికీ తెలియకపోవచ్చు కూడా.

❖ ❖ ❖

ఇంటర్‌లో వుండగా.. ఓ రోజు కాలేజీ నుంచి రాగానే డ్రస్ ఛేంజ్ చేసుకుని, కార్గో, టీ షర్ట్ వేసుకుని జుట్టు ముడేసుకుంటూ హాల్లోకి వచ్చింది. అప్పటికే టీవీ చూస్తున్న అతడి ఒళ్లోకి పిల్లో విసిరి.. సోఫాలో పడుకుని అతడి ఒళ్లోని పిల్లోపై తల పెట్టుకుంది.

రిమోట్ లాక్కుని ఛానెల్స్ అన్నీ మారుస్తోంది. ఏదీ కొన్ని సెకన్లపాటు కూడా చూడటం లేదు. రెండ్నిమిషాలు చూసి, విసుగొచ్చిందతడికి.

"ఏం కావాలమ్మా. అలా మార్చేస్తుంటే.. ఏ ఛానెల్లో ఏమొస్తున్నాయో, ఎలా తెలుస్తుంది" అన్నాడు.

"నన్నేమీ మాట్లాడించొద్దు డాడీ.. నాకు పిచ్చెడు కోపంగా ఉంది" అంటూ దెయ్యంలా చేతులు బిగించింది. కాసేపు కళ్లు మూసుకుంది. అటు దొర్లింది, ఇటు దొర్లింది. టక్కున స్ప్రింగ్ లా లేచి కూర్చుంది.

"ఇవాళ ఏమైందో తెలుసా" అంది, అని ఓసారి వంటింట్లోకి చూసింది. ఎవరూ కనబడలేదు.

"మన రాక్షసి ఏది" అంది లోగొంతుతో.

"నీకు అప్పుడప్పుడు పిచ్చెక్కుతుంది. మీ మమ్మీకి అది ఎప్పుడూ ఆన్ లోనే

ఉంటుందిగా" అన్నాడు సినిమా డైలాగ్ ను అనుసరిస్తూ.

ఆ డైలాగ్‌కు కూతురు కూడా నవ్వింది. ఇద్దరూ ఒకరి చేతుల్ని ఒకరు చరుచుకున్నారు.

"ఇప్పుడు మమ్మీనెందుకు కదిలిస్తావ్. తలనొప్పిగా ఉందని.. బెడ్ రూంలో పడుకున్నట్టుంది" అన్నాడు - ఇక విషయమేంటో చెప్పు అన్నట్టు.

"అందరూ బస్‌స్టాప్‌ల దగ్గర,ఎక్కడంటే అక్కడ పాడుచేసి..కంపు కొట్టిస్తున్నారు. బస్ కోసం రెండ్నిమిషాలు నిలబడాలంటే.."

"ఉపోద్ఘాతం ఎందుకురా, విషయం చెప్పు" అన్నాడు.

"పెద్దాడివి అవుతున్నకొద్దీ నీకు ఓపిక తగ్గిపోతోంది డాడీ. అందుకని మా గ్యాంగంతా ఓ డెసిషన్ తీసుకున్నాం. ఎక్కడైనా అలాంటి పని చేస్తుంటే.. వెనకాల చేరి చప్పట్లు చరుస్తూ గేలి చేశాం" అంది.

అతడు ఖంగుతిన్నాడు. ఏం మాట్లాడలేకపోయాడు.

"వాళ్లంతా హడావిడిగా పారిపోతుంటే ఎంత నవ్వొచ్చిందో తెలుసా. కొంతమందికి అయితే.. ప్యాంట్‌లు కూడా తడిసిపోయాయి" అని పెద్దగా నవ్వింది.

అతడు కోపంగా..

"నువ్వేమైనా ఇంకా చిన్న కూచిననుకుంటున్నావా. అయినా, కొజ్జా వాళ్లలా చప్పట్లు కొడుతూ.. " అని ఇంకా ఏదో అనబోయాడు-

కూతురు మధ్యలోనే అడ్డుకుంది. తండ్రి నుంచి ఎదురుచూడని దెబ్బ.

తెల్లని ఆమె లేత ముఖం ఎర్రబడుతోంది. ఎగశ్వాసతో ముక్కు ఎగసెగసి పడుతోంది. కాటుక పెట్టుకోని ఆ కళ్లల్లో మేఘాలు కమ్ముకున్నాయి.

"నువ్వు ఎంతో ప్రొగ్రెసివ్ అనుకున్నా. నువ్వు.. నువ్వు కూడా అంతమాట అంటావా? నీకూ.. బయటవాళ్లకీ తేడా లేదు" అంటూ.. పిల్లోని తండ్రి మీదకు విసిరేసి, రిమోట్‌ను నేల కేసి కొట్టింది.

వాస్తవానికి వీళ్లు అలా చేస్తుండగా ఓ దగ్గర గొడవయ్యింది. వీళ్లకెవరూ సపోర్టు రాలేదు.

పైగా 'సిగ్గు లేకుండా ఏంటా పని'అని వీళ్లనే తిట్టారు.

ఆ విషయం షేర్ చేసుకుని తండ్రి సలహా తీసుకోవాలనుకుంది. తనేం చేసినా వెనకేసుకొచ్చే తండ్రే అలా అనేసరికి తట్టుకోలేకపోయింది.

గబగబా తన గదిలోకి వెళ్లి తలుపేసుకుంది.

విచక్షణ కోల్పోయి ఎంత మాటనేశాడో అప్పుడు స్ఫురించిందతడికి.

"అయినా, అది చేసిందేమైనా.. మామూలు పనా? వయసుతోపాటు బుద్ధి కూడా పెరగద్దూ?" అనుకున్నాడు.

ఇప్పుడు-

'అప్పుడే ఇంకాస్త గట్టిగా మందలించి వుండాల్సింద'నుకుంటున్నాడు.

❖ ❖ ❖

'షేమ్.. షేమ్.. పప్పీ షేమ్' పేజీ అప్పట్నించీ కొత్త రూపం తీసుకుంది. వయసుతోపాటు పెరుగుతో వచ్చిన అవసరం, ఆ అవసరం పట్ల కన్న తండ్రితోసహా ఎవరికీ కన్సర్న్ లేకపోవడం ఆమెను మరింత రెచ్చగొట్టాయి.

హైస్కూల్‌కు వచ్చాక తోటి గర్ల్స్ తో కలిసి కన్నీళ్లు పెట్టుకోవడం, కాలేజీకి వచ్చాక ప్రిన్సిపాల్‌కో, కరస్పాండెంట్‌కో రిప్రజెంటేషన్ ఇవ్వడం ఏవీ వాళ్ల సమస్యను తీర్చలేదు. సరికదా, అవమానించబడ్డారు. విషయం తెలిసిన కొందరు లెక్చరర్ల చూపుల్లో వెకిలితనాన్నీ పసిగట్టారు.

కొన్ని ప్రొగ్రెసివ్ మహిళా సంఘాలతో కలిసి ర్యాలీలు, నిరసనలు చేపట్టారు. అయినా, ఫలితం శూన్యం.

అక్కడక్కడ ఒకటీ అరా లేడీస్ టాయిలెట్‌లు ఏర్పాటుచేసినా.. అవి భయంకరమైన దుర్గంధంతో అలరారుతుండేవి. అంతేకాదు, ఏ పెంటకుప్పల మధ్యనో, లోపలికి వెళ్లడానికి దారిలేని విధంగానో ఏర్పాటు చేసిన ఆ టాయిలెట్‌లు ప్రభుత్వం, అధికారుల నిర్లక్ష్యానికి నిదర్శనంగా మిగిలాయి.

చుట్టుముట్టిన అవహేళనల నుంచీ, నిర్లక్ష్యాల నుంచీ వారిలో ఆగ్రహం రాజుకుంటూంది. అదే వారిలో కసినిపెంచి.. ముందుకు నడిపిస్తోంది.

ఇంజనీరింగ్‌లో చేరినప్పటి నుంచీ ఫ్రెండ్సందరినీ కూర్చోబెట్టి ఓపెన్ డిస్కషన్ మొదలుపెట్టింది.

తన ఆలోచనకు మద్దతు పలికిన ఫ్రెండ్స్ తో కలిసి ఎఫ్బీ పేజీలో మార్పులు చేసింది. మొదట్లో ఎన్నో ఫోన్లు, వాట్సప్ మెసేజ్‌లు.

తరతరాలుగా పేరుకుపోయిన భయాలు, ఏవేవో ఆందోళనలు.

"ఇంట్లో వాళ్లకు తెలిస్తే.." చాలామంది బయటపెట్టిన సందేహాల్లో అత్యంత ప్రధానమైంది.

"అన్నీ వాళ్లకు చెప్పే చేస్తున్నామా"అనేసరికి.. అందరి నోళ్లూ మూతపడ్డాయి.

ఇది కేవలం మన కోసం మాత్రమే కాదని, మన తర్వాత జనరేషన్స్‌కి కూడా మేలు చేస్తుందని వివరించింది. మనం ఇలా తెగిస్తే తప్ప ఈ ప్రపంచపు మొద్దు శరీరంలో కదలికరాదని గొంతుచించుకుంది.

❖ ❖ ❖

కూతురు కోపం అతడికి కొత్త కాదు. 'చిన్నప్పటి నుంచీ అది అంతే. అది ఏదైనా

కావాలంటే ఇవ్వాల్సిందే, అనుకుందంటే సాధించి తీరాల్సిందే. చిన్నప్పట్నించి ఇచ్చిన అలుసు, గారమే కాదు. తన కూతురు సగటు ఆడపిల్లలా పెరగాలనుకోకపోవడం కూడా అందుకు కారణం. కానీ, ఈ రోజు మగరాయుడిలా అది చేసిన పని..' అతడి ఆలోచనలు అక్కడ ఆగాయి.

'మగ పిల్లలైతే మాత్రం అంత ధైర్యం చేస్తారా?' అతడి ఊహకు అందలేదు.

ఒక్కసారిగా తాను అశక్తుడిననిపించింది అతడికి.

కూతురు చిన్నతనంలో కూడా ఓసారి ఇలాగే అశక్తుడిగా మిగిలిపోయాడు.

❖ ❖ ❖

పాకెట్ వుండే ప్యాంట్‌లు కొనుక్కోవడం అలవాటై పోయినప్పటి నుంచి అది.. తనకు తాను అబ్బాయిననే అనుకునేది. మగ పిల్లల్ని మించి డైనమిక్‌గా ఉండేది. కరాటే నేర్చుకునేది. జడలు వేసుకోకుండా హెయిర్ కట్ చేయించుకునేది. కూతురు సంగతి తెలుసు కాబట్టి అతడెలానూ కొనేవాడు కాదు.కానీ, బంధువులు అప్పుడప్పుడు ఇచ్చిన గౌన్లను.. ఎప్పుడైనా వేసుకోమంటే-ససేమిరా అనేది.

"అన్నయ్య వేసుకుంటే నేనేసుకుంటా" అనేది.

"వాడు బాయ్ కదమ్మా" అంటే..

"నేను కూడా బాయ్‌నే అని నీకెన్నిసార్లు చెప్పాలి" అని ఎదురుతిరిగేది.

కానీ, నెమ్మది నెమ్మదిగా దానికే తెలిసొచ్చింది తాను బాయ్ కాదని.

అప్పుడు అది సెకండ్ క్లాస్ చదువుతోంది. ఓసారి అది స్కూలు నుంచి వచ్చేసరికి.. ఎందుకో, అతడు ఇంట్లోనే ఉన్నాడు.

అది బ్యాగ్ సోఫాలోకి విసిరికొట్టి గబగబా బాత్‌రూంలోకి పరిగెట్టింది.

"అంత అర్జంట్ అయితే స్కూల్‌లోనే పోవచ్చు కదరా" అన్నాడు - అది బయటకు వచ్చాక.

"నీకేం తెలీదు డాడీ... నా ప్రాబ్లమ్స్" అని ఐడీ కార్డు, స్కూలు బెల్ట్ అక్కడ విసిరిపడేసి టీవీ ఆన్ చేసుకుంది.

అతడు కంగారుపడ్డాడు.

'ఇంత లేదుగానీ.. ఎంత మాటంది' అనుకున్నాడు.

'దానికెంత కష్టమొస్తే.. అంత మాటందో' మళ్లీ తనే సర్ది చెప్పుకున్నాడు.

అతడి కళ్లు కాస్త చెమ్మగిల్లాయి.

కూతురు దగ్గరకు పోయి ఒళ్లోకి తీసుకున్నాడు.

"నువ్వు చెబితేనే కదరా తల్లీ.. తెలిసేది. ఏంటో ఆ ప్రాబ్లమ్ ఒక్కసారి చెప్పు. ప్లీజ్.." అని బతిమాలాడు.

"చూడు డాడీ.." అని అది మొదలు పెట్టింది.

"బాయ్సుకేమో రెండు టాయిలెట్స్ ఉన్నాయి. మాకూ రెండే ఉన్నాయి.."

"అంటే.. బాయ్స్ కీ గర్ల్సుకీ సేమ్ అన్నమాట"

"అందుకే డాడీ.. నీకు చెప్పనన్నా. బాయ్సుకి టూయే వున్నా. వాళ్లు ఒకో దాంట్లో మూడు మంది, నాలుగు మందిలు (దాని తెలుగంతే) పోతారు. మేము మాత్రం ఒక్కళ్లమే వెళ్లాలి. లోపలికి పోయాక.. ఫ్రాక్ ఓపెన్ చేసుకోవాలి, చెడ్డీ విప్పుకోవాలి- ఒన్ పోవాలి. మళ్లీ అన్నీ వేసుకోవాలి"

"ఓహ్.."

"ఓ కాదు, వెంటనే ఫ్లష్ కూడా చేయాలి. ఆయమ్మేమో మా టాయిలెట్ దగ్గరే నిలుచోనుంటుంది. బాయ్సేమో మంచిగా టుస్.. టుస్ మంటూ పోసేసి వెళ్లిపోతారు. వాళ్ల లైన్ ఫాస్ట్‌గా మూవ్ అయిపోతుంది. మాది మాత్రం స్లో.. ఎంత స్లో అంటే యాంట్ లాగా అనుకో. బ్రేక్ టైమేమో ఓన్లీ టెన్ మినిట్సే" అంది.

ఆ సమస్య తను పరిష్కరించగలిగేది కాదని అతనికి అర్థమయ్యింది. అయినా..

"ఓ పని చేయమ్మా.. ఇంటి దగ్గర వున్నప్పుడు ఎక్కువ వాటర్ తాగు. స్కూల్‌లో ఉన్నప్పుడు తక్కువ తాగు" అన్నాడు-కాస్తయినా ఉపశమనం దొరుకుతుంది కదాని.

"అందుకే డాడీ నీకేం తెలీదన్నది. లంచ్ తినేప్పుడు వాటర్ తాగొద్దా. అప్పుడు వాటర్ తాగకపోతే గొంతు నొప్పెడుతుంది. తాగాక ఒన్ పోకపోతే స్టమక్ నొప్పెడు తుంది. ఇంటికొచ్చాక పోతే.. నువ్వేమో ఇన్ని ప్రశ్నలడుగుతావ్" అని అరిచింది.

అతడు బిక్కచచ్చిపోయాడు. శక్తిహీనుడిలా మిగిలిపోయాడు.

ఇప్పుడు-ఇన్నేళ్ల తర్వాత మరోసారి.

ఇంట్లోనే, తనలోనూ పేరుకుపోయిన నిశ్శబ్దాన్ని బద్దలు కొట్టడానికన్నట్టు టీవీ ఆన్ చేశాడు.

❖ ❖ ❖

'షేమ్..షేమ్.. పప్పీ షేమ్' పేజీలోని కొత్త ఆలోచన పట్ల కేవలం తన కాలేజీయే కాదు, వేర్వేరు కాలేజీల వాళ్లతో వాగ్వాదాలు జరిగాయి. విషయం యూనివర్సిటీలకు పాకింది. అక్కడ కూడా తన వాదనతో అందరినీ ఒప్పించింది.

ఇలా అందరినీ కూడగట్టడానికి రెండేళ్లపైనే పట్టింది.

మొత్తానికి ఇంజినీరింగ్ ఫైనలియర్‌కు చేరుకునేసరికి కార్యరూపం దాల్చింది. సిటీలోని ఇతర యూనివర్సిటీల్లోని సీనియర్ మేల్ స్టూడెంట్స్ కూడా మద్దతు పలికారు. ఇబ్బందులెదురైతే రక్షణగా నిలవడానికి కొందరు సిద్ధపడ్డారు. గొడవలు అయితే మేం కూడా చూసుకుంటాంలే అని భరోసా ఇచ్చారు.

అదే సమయంలో మరో స్టూడెంట్ యూనియన్ వాళ్లు అడ్డంపడ్డారు.

భారతీయతను, స్త్రీత్వాన్ని కించపరిచే చర్య అంటూ ఆమె ఆలోచనను నిరసించారు. వాదనలు జరిగాయి. తమ మాట వినకపోతే దాడులు తప్పవని హెచ్చరించారు.

అక్కడే ఆమె తన తెలివినంతా ఉపయోగించి,చాకచక్యంగా వ్యవహరించింది.

"ఇది ఎక్కువరోజులు కొనసాగేది కాదు. కేవలం ఒక నిరసన చర్య మాత్రమే. మేం ప్రతిరోజూ ఇలాగే చేయం, చేయలేమని కూడా మాకు తెలుసు. ప్రధానమైన సమస్య గురించి తెలిసీ నిద్ర నటిస్తున్న ప్రబుద్ధులను, ప్రభుత్వాలను, ప్రభుత్వంలోని వివిధ విభాగాలవారినీ, బాధ్యతాయుతమైన అధికారులను షాక్‌కు గురి చేయడమే మా నిరసన ప్రధాన ఉద్దేశం" అని వివరించింది.

చివరికి కొన్ని షరతులతో వాళ్లు అంగీకారానికి వచ్చారు. ఎప్పుడూ బొట్లూ, కాటుకలు ఎరుగని అమ్మాయిలంతా తప్పకుండా వాటిని పెట్టుకోవాలన్నారు.

చాలామంది ఒప్పుకోవద్దని అన్నారు. వాళ్లు దాడులుచేస్తే మనమూ, మనవాళ్లమూ చేయగలమని వాదించారు. కానీ, తాననుకున్న నిరసన వాయిదా పడటం ఆమెకు ఇష్టం లేదు. అంతేకాదు, ప్రతీ ప్రతికూలతనూ అనుకూలంగా మార్చుకోగల నేర్పు ఆమె సొంతం.

నిరసన రోజు మాత్రం అమ్మాయిలంతా బొట్టూ కాటుక పెట్టుకుంటారని హామీ ఇచ్చింది.

దగ్గర్లోనే అంతర్జాతీయ మహిళా దినోత్సవం వుండటంతో ఆ రోజునే నిరసన కార్యక్రమం చేపట్టాలని నిర్ణయించుకున్నారు.

❖ ❖ ❖

అంతే, ఒకట్రెండు రోజుల్లోనే పలు సిటీల నుంచి ఆన్‌లైన్ మార్కెటింగ్ సైట్లకు వేలల్లో పీ ఫన్నెల్స్ ఆర్డర్లు అందాయి.

❖ ❖ ❖

చివరికి ఆ రోజు రానే వచ్చింది.

గాజు కుప్పెలో సముద్రాన్ని దాచిపెట్టినట్టు.. అమ్మాయిలందరిలో ఒకటే ఉద్విగ్నత. తమ నిరసన అనంతరం జరగబోయే పరిణామలపై ఎవరికివారే అంతూదరీలేని ఆలోచనలు చేస్తున్నారు.

నిరసనలో తప్పకుండా పాల్గొంటామన్న అమ్మాయిల్లో కొంతమంది రాలేదు.

వచ్చిన వారిలో చాలామంది వీరికి బాసటగా నిలిచారేగాని.. అసలైన 'నిరసన చర్య'లో పాల్గొనలేదు.

అయితేనేం.. సిటీలోని వివిధ ప్రాంతాల్లో అమ్మాయిలు చేపట్టిన నిరసన పెద్ద సంచలనంగా మారిపోయింది.

ఆ నిరసన గురించి విన్నవారెవరికీ నోట మాట పెగల్లేదు. ఇక ప్రత్యక్షంగానో,

టీవీల్లోనో చూసినవారి సంగతైతే.. చెప్పనే అక్కర్లేదు.

సెంటర్‌లోని రోడ్డు పక్కన గోడల దగ్గర అమ్మాయిలు నిలబడి చేస్తున్న పనేంటో అర్థంకాగానే..అందరూ గబగబా పక్కకు తప్పుకున్నారు. అక్కడక్కడా నిలబడి వున్న జనం.. దూరం నుంచే చూసీ చూడనట్టు చూస్తూనే కంగారుగా కదిలిపోయారు.

తరతరాలుగా వారిలో నిబిడీకృతమై వున్న ప్రవాహమంతా ఉరుకులు పరుగులుతో కట్టలు తెంచుకుని దూకుతోంది. నుదుటన ఎర్రెర్రని కుంకుమ బొట్లు, రెండు కళ్లనిండా ఇంతేసి కాటుకతో.. మూర్తీభవించిన భారతీయతతో వారు విజయదరహాసాలు చిందించారు.

గోడమీద ఎవరో పార్టీవారు గీసిన భారత దేశ చిత్రపటం ఆ తడిలో తళతళ లాడుతోంది. చిత్రపటానికి ఆ చివరనున్న భారతమాత ముఖంలో విజయగర్వం తొణికిసలాడుతోంది.

అమ్మాయిల నడుముల మీదుగా మరికొందరు పట్టుకున్న బ్యానర్ రెపరెపలాడుతూ 'షేమ్..షేమ్.. పప్పీ షేమ్' అని అందరినీ వెక్కిరిస్తోంది.

'INDIA'S DAUGHTERS PISS ON US ' అంటూ జాతీయ ఛానెళ్లతోసహా అన్ని టీవీల్లో మొదలయ్యాయి.

❖ ❖ ❖

కరెంట్ పోయి టీవీ ఆఫ్ అయ్యింది.

కర్టెన్లు మూసేసిన ఆ ఇంట్లో చీకటీ, నిశ్శబ్దం జమిలిగా సంచరిస్తున్నాయి.

సరిగ్గా అప్పుడే ఎవరో విజయగర్వంతో తలుపు కొడుతున్నారు.

ఆ చప్పుడులో ఆనందం తెలుస్తోంది.. కానీ...

అతడు లేవలేకపోతున్నాడు.

01.06.2018 01.09.2018

సారంగ.కామ్

# హారన్

డాడీ కొనిచ్చిన ఖరీదైన కొత్త బైక్ మీద దూసుకుపోతున్నాడు ఆ కుర్రాడు.

పెద్దపెద్ద చక్రాలు, ముందూ వెనుకా అందమైన స్టయిలిష్ లైట్లు, కూర్చోవడానికి చిన్న సీటుతో ఎత్తుగా వున్న ఆ బైక్‌పై దూసుకుపోతుంటే మేఘాలలో తేలిపోతున్నట్టు ఉంది వాడికి. అటూఇటూ ఊగిపోతూ విన్యాసాలు చేస్తూ సాగిపోతున్న ఆ కుర్రాడికి వెనక నుంచి పదేపదే వినిపిస్తున్న అంబులెన్స్ హారన్ నేలమీదకు.. అదే రోడ్డు మీదకు తీసుకొస్తోంది. చిర్రెత్తుకొచ్చి 'పో' అన్నట్టు విసురుగా చేయి చూపిస్తూ, ఎడమ వైపుకు తప్పుకున్నాడు. కానీ, ఆ కాస్త ఖాళీలోంచి వెళ్లే వీలు లేక అంబులెన్స్ డ్రైవర్ మళ్లీ హారన్ కొట్టాడు. దాంతో రెచ్చిపోయిన ఆ కుర్రాడు బండిని అంబులెన్స్‌కు అడ్డంగా ఆపి, డ్రైవర్‌తో గొడవకు దిగాడు. నలుగురూ పోగయ్యారు. కుర్రాడికి సర్దిచెప్పి, అంబులెన్స్‌ను పక్కనుంచి పంపారు.

'తానేదో బైక్ రైడ్ ఎంజాయ్ చేద్దామనుకుంటే మధ్యలో వీడికేం కడుపు మంట' అనే ఉక్రోషం కుర్రాడిది. దాంతో అంబులెన్స్ వెళ్లిపోయినా, అటువైపు చేతులు ఊపుతూ, అరుస్తూ కాసేపు అక్కసు వెళ్లగక్కాడు. ఇంతలో మిగిలిన స్నేహితులు రావడంతో, పొగరుగా బైక్‌ను పెద్దగా సౌండ్ వచ్చేలా రైజ్ చేసుకుంటూ, హుషారుగా వాళ్లతో కలిసి గాలిలో దూసుకుపోయాడు. రేస్ పూర్తి చేసుకుని డ్రింక్స్ తీసుకుంటూ ఫోన్ చూసుకుంటే, వాళ్ల మమ్మీ నుంచి చాలా మిస్డ్ కాల్స్ కనిపించాయి. చిరగ్గానే తల్లికి ఫోన్ చేశాడు. ఆమె చెప్పిన విషయం వాడిని పూర్తిగా కిందకు దించేసింది.

"నీకు బైక్ కొనిచ్చాక, అది తీసుకుని నువ్వెళ్లి పోయావ్. ఫార్మాలిటీస్ అన్నీ పూర్తి చేసుకుని మేం బయలుదేరుతుంటే నాన్నకు స్ట్రోక్ వచ్చింది. షోరూం వాళ్లు వెంటనే అంబులెన్స్ పిలిపించారు. కానీ, అది ఆసుపత్రికి చేరుకోవడం ఆలస్యం కావడంతో.. అంతా అయిపోయింది"అని తల్లి ఏడుస్తూ ఫోన్‌లో ఇంకా ఏదో చెబుతోంది. కానీ, ఆ అబ్బాయికి ఇంకేమీ వినిపించడం లేదు. చెవుల్లో ఇందాకటి అంబులెన్స్ హారన్ మళ్లీ మళ్లీ రింగుమంటూ మోగడం మొదలైంది.

11.07.2022

05.10.2022

ఓసారి చూడండి.. అంతే వాట్సప్ ప్రసార సంచిక

*For Copies:*
G Pay/Phone Pay
9848023384, 7093165151

www.ingramcontent.com/pod-product-compliance
Lightning Source LLC
LaVergne TN
LVHW091959210825
819277LV00035B/390
* 9 7 8 9 3 9 2 9 6 8 3 8 9 *